பெரிதினும் பெரிது கேள்

தி இந்து குழுமம்
தமிழ் திசை

பெரிதினும் பெரிது கேள்

பிரியசகி

தமிழ் திசை

Title
PERITHINUM PERITHU KEL
© PRIYASAGI

ISBN NO 978-81-945102-3-9

நூல் தலைப்பு
பெரிதினும் பெரிது கேள்

நூல் ஆசிரியர்
©பிரியசகி

முதற்பதிப்பு
டிசம்பர்-2023

விலை:₹150

ஆசிரியர்
கே.அசோகன்

நூல் பொறுப்பாசிரியர்
ம.சுசித்ரா

Creative Head-புத்தகங்கள் பிரிவு
மு.ராம்குமார்

முதன்மை வடிவமைப்பாளர்
என்.கணேசன்

வடிவமைப்பாளர்
ச.சக்திவேல்

பதிப்பகப் பிரிவு விற்பனை மேலாளர்:
S.இன்பராஜ்
முகவரி:
KSL MEDIA LIMITED, கஸ்தூரி மையம்
124,வாலாஜா சாலை
சென்னை- 600002.
போன்:**044-35048001.**
செல்:**7401296562 / 7401329402**
தமிழ் திசை பதிப்பகத்தின் அனைத்து புத்தகங்களையும் வாங்கிட கீழே குறிப்பிட்டுள்ள ஆன்லைன் லிங்க்கை பயன்படுத்தவும். மேலும் நமது பதிப்பகத்தின் விலை பட்டியலை *PDF* மூலம் பார்க்க உங்கள் *whatsapp* எண்ணை மேலே குறிப்பிட்டுள்ள எண்ணுக்கு தெரிவிக்கவும்.
https://store.hindutamil.in/publications
www.instagram.com/hindu_tamil

KSL Media Limited, Regd. Office: **KASTURI BUILDING** No.859 & 860 Anna Salai, Chennai - 600 002.
https://www.facebook.com/Tamilthisaipublications https://twitter.com/Tamilthisaipublications

Printed by B.Ashok Kumar, Rasi Graphics (P) Ltd, No.40, Peters Road, Royapettah, Chennai - 600 014, for KSL Media Limited, Chennai - 600 002.

மாணவர்களைப் பண்பாளராக்கும் படைப்பு

சக வயதினரோடு கூடி பழகுதல், குழுவாக இணைந்து ஓடி ஆடி விளையாடுதல், வகுப்பறையில் ஒன்று சேர்ந்து கற்றல் போன்ற இனிமையான அனுபவங்களை ஒருசேர தர வல்லது பள்ளிக்கூடம். ஆனால், பெருந்தொற்றினால் சமூக இடைவெளியைக் கடைபிடிக்க வேண்டிய கட்டாயம் ஏற்பட்டதனால் துளிர்களுக்கு இதில் சொல்லப்பட்ட ‘கூடி’, ‘இணைந்து’, ‘சேர்ந்து’ போன்ற சொற்கள் அந்நியமாகிப் போயிற்று. இதன் பின்விளைவு என்னவென்பது, இரண்டாண்டுக்காலம் மூடப்பட்டிருந்த பள்ளிக்கூட கதவுகள் மீண்டும் திறக்கப்பட்டபோது அனைவருக்கும் உறைக்கத் தொடங்கியது.

சிறாரிடம் பல்வேறு நடத்தை சிக்கல்கள் ஆங்காங்கே தென்பட்டது. சிலர் கற்றலில் சறுக்கினர், சிலர் தன்னம்பிக்கை இழந்து தடுமாறினர், சிலரோ ஆசிரியர்களிடமே தகாத முறையில் நடந்து கொண்டனர், சிலர் போதை பழக்கத்துக்கு அடிமையாகும் அபாயத்திலிருந்தனர்...இப்படி பல. வயதில் பெரியவர்கள் பலரின் இயல்பு வாழ்க்கையைப் பெருந்தொற்று காலம் இடைமறித்தது என்றால் மாணவர்களின் வாழ்க்கையை அது தலைகீழாகப் புரட்டிப்போட்டுவிட்டது.

இந்நிலையில், மாணவர்களிடம் நற்சிந்தைகளை, நற்பண்புகளை, நன்னெறிகளை ஊட்ட வேண்டியது ‘இந்து தமிழ் திசை’ நாளிதழின் பள்ளி நாளிதழான ‘வெற்றிக்கொடி’யின் தலையாயக் கடமை என்றுணர்ந்தோம். அதேவேளையில் போதனையாக அல்லாமல் ரசிக்கும்படியாக நற்சிந்தனைகள் கடத்தப்பட வேண்டும் என முடிவெடுத்தோம். காலா காலத்துக்கும் நிலைத்து நிற்கும் அறநெறிகள் இருப்பினும் அவற்றை எடுத்துரைக்கும் விதம் காலாவதியானதாக இருப்பின் பயனில்லை. அதுமட்டுமின்றி தற்காலத்தில் மாணவர்கள் நேரடியாகவும் மறைமுகமாகவும் எதிர்கொள்ளும் சவால்களுக்கு வழிகாட்டும் வகையிலும் எழுதப்பட வேண்டும் என்கிற சவாலையும் சமாளிக்க வேண்டி இருந்தது. இவை அத்தனைக்கும் செறிவான வடிவம் கொடுத்து, ‘பெரிதினும் பெரிது கேள்’ தொடரை ‘வெற்றிக்கொடி’ பள்ளி நாளிதழில் சிறார் எழுத்தாளரும் பள்ளி ஆசிரியருமான பிரியசகி எழுதியது பாராட்டுக்குரியது.

தொடர் வெளியானபோது மாணவர்கள், ஆசிரியர்கள் தரப்பிலிருந்து மட்டுமல்லாது பெற்றோரின் வரவேற்பையும் பெற்றதால் தற்போது தொகுத்து புத்தகமாக வெளியிடுகிறோம். நிச்சயம், ‘பெரிதினும் பெரிது கேள்’ மாணவர்களைப் பண்பாளராக்கும்.

நன்றி

அன்புடன்,
கே.அசோகன்,
ஆசிரியர்,
‘இந்து தமிழ் திசை

என்னுரை

தமிழகக் குழந்தைகளின் வாழ்க்கையைக் கரோனாவிற்கு முன் கரோனாவிற்குப் பின் என இரண்டாகப் பிரித்து விடலாம். பேரிடர் காலத்தில் இரண்டரை ஆண்டுகளாகப் பள்ளிக்குச் செல்லாமல் வீட்டிலேயே டிவி, செல்போன் பயன்பாடு, ஆன்லைன் விளையாட்டு என இருந்தவர்களுக்கு மீண்டும் இயல்பு நிலைக்கு திரும்புவதில் இன்றளவும் பெரும் சிரமம் உள்ளது. இந்த இடைப்பட்ட காலத்தில் குடும்ப சூழல் காரணமாக வேலைக்கு சென்ற குழந்தைகள் தன் விருப்பப்படி செலவு செய்து வாழப் பழகியதால் இப்போது மீண்டும் வகுப்பறைக்குள் அமர்ந்து இருக்கவும், கவனத்தை ஒருமுகப்படுத்திப் படிக்கவும் மிகுந்த சிரமப்படுகின்றனர். அவர்களை நல்வழிப்படுத்தி மீட்டெடுக்க நல்ல முன்னுதாரணங்களை அறிமுகப்படுத்தி, அவர்களோடு உரையாட வேண்டியது மிகவும் அவசியம்.

உனக்குத் தேவையான அனைத்து சக்தியும் உனக்குள்ளேயே உண்டு என சுட்டிக்காட்ட வேண்டியது அவசியம். புறச்சூழல் எப்படிப்பட்டதாக இருந்தாலும் தம்மை தாமே ஆழ்மன கட்டளைகளால் ஊக்குவித்துக்கொண்டு தம்மையும் தான் சார்ந்த சமூகத்தையும் சேர்த்து உயர்த்தக்கூடிய உயர்ந்த குறிக்கோளோடு பயணிக்க அவர்களுக்கு உதவ வேண்டியது பெற்றோர், ஆசிரியர், உறவினர் என அவர்கள் மீது அக்கறை கொண்ட அனைவரது கடமை. அப்படிப்பட்ட பொறுப்புணர்வோடு எழுதப்பட்ட கட்டுரைகளின் தொகுப்பே "பெரிதினும் பெரிது கேள்" என்ற இந்த நூல்.

ஒவ்வொரு வாரமும் கட்டுரை வெளியானதும் மாணவ மாணவியர் ஆசிரியர் பெற்றோர் என அனைத்து தரப்பினரிடம் இருந்தும் கிடைத்த பாராட்டுக்கள் தொடர்ந்து எழுத எனக்குத் தூண்டுகோலாக உதவின.

பெரும்பாலான கட்டுரைகள் ஒரு ஆசிரியரோ அல்லது பெற்றோரோ மாணவ மாணவியரோடு உரையாடுவது போன்று உள்ளதால் அந்தக்

கதாபாத்திரதுடன் பொருத்திப் பார்த்து தன்னைத் திருத்திக்கொள்ள உதவியதாக பல மாணவர்கள் தெரிவித்தனர். இக்கட்டுரைகளைத் தவறாமல் தன் வகுப்பறையில் வாசித்துக் காட்டி உரையாடியதாக பல ஆசிரியர்கள் கூறினர் என்பதில் மகிழ்ச்சி.

பல்லாயிரக்கணக்கான மாணவர்களின் வாழ்வில் மாற்றத்தைக் கொண்டுவரும் கருவியான வெற்றிக்கொடியில் எழுத வாய்ப்பளித்த பொறுப்பாசிரியர் திருமதி ம.சுசித்ரா அவர்களுக்கும் கட்டுரைகளுக்கேற்ப சிறப்பாக ஓவியம் வரைந்துள்ள ஓவியர்களுக்கும், மிகச் சிறப்பாக நூலாக்கம் செய்ய உதவிய இந்து தமிழ் திசையின் ஆசிரியர் திரு. அசோகன், திரு. மு.ராம்குமார், முதன்மை வடிவமைப்பாளர் திரு. என்.கணேசன் ஆகியோருக்கும் இந்து தமிழ் திசை பதிப்பகத்திற்கும் மனமார்ந்த நன்றிகள்.

தங்கள் ஓய்வற்ற பணிகளுக்கிடையிலும் நூலை முழுமையாக வாசித்து அணிந்துரை வழங்கிய தமிழ்நாடு பாடநூல் மற்றும் கல்வியியல் பணிகள் கழகத் தலைவர் திரு திண்டுக்கல் I லியோனி அவர்களுக்கும், வாழ்த்துரை வழங்கிய சமூக பொறுப்பு மிக்க பத்திரிக்கையான நக்கீரனின் ஆசிரியர் திரு கோபால் அவர்களுக்கும் நெஞ்சார்ந்த நன்றிகள்.

வருங்காலத் தூண்களாம் மாணவ சமுதாயத்தைக் கட்டி எழுப்பும் பணியில் அனைவரும் தொடர்ந்து இணைந்து பயணிப்போம்.

பிரியமுடன்
பிரியசகி

அணிந்துரை

தேசியக்கவி பாரதியின் வரிகளில் பொருள் பொதிந்த பல வரிகள் உள்ளன. அவற்றில் ஒரு மனிதனின் வாழ்வில் நல்ல சிந்தனைகளுடன் சமுதாயத்திற்கு பயனுள்ளவனாக மாற்றிடும் வரிகளுள் ஒன்று தான் 'பெரிதினும் பெரிது கேள்'. பெரியவர்களுக்கு வாழ்வியல் சிந்தனைகளைத் தத்துவங்களை எடுத்து சொல்வது எளிது. ஆனால் பள்ளி மாணவர்களுக்கு குறிப்பாக வளர் இளம் பருவத்தினரின் வாழ்வியல் கருத்துக்களை எளிமையான கதைகள், நிகழ்வுகள் மூலம் சுவையாக விளக்கியுள்ளார் எழுத்தாளர் பிரியசகி.

முதல் கதையிலேயே ஒரு தாய் மகனுக்கு நம்பிக்கை ஊட்டிய மந்திரச்சொல் "தொடர்ந்து செல் தொடும் தூரத்தில் புதையல்" மிகச்சிறப்பாக கூறப்பட்டுள்ளது.

உண்மையில் உனக்கு உதவக்குடிய நபர் யார் என்பதை தன் திறமையைத் தானே உணர்ந்த ஓவியனாக மாறிய இளைஞனைப் படம்பிடித்து காட்டியுள்ளார். கண்ணாடியை வைத்து விளக்கியுள்ளார். கோபத்தைச் சரியாக நெறிப்படுத்த வேண்டும் என்றும் அவனுக்கு வாழ்க்கையை மாற்றிய விதத்தை குத்துச்சண்டை வீரர்கள் முகமது மைக்டைசன் வாழ்வில் நடந்த நிகழ்வுகளை வைத்து கோபத்தைக் கட்டுப்படுத்துவது பற்றி அழகாக படம் பிடித்துக் காட்டியுள்ளார்.

சிறுவயதில் நாம் காணும் நல்ல காட்சிகள், சந்திக்கும் நல்ல மனிதர்கள் வாழ்க்கையைத் தீர்மானிப்பார்கள் என்பதைக் காவல்துறை அதிகாரி கலியமூர்த்தி வாழ்வில் நிகழ்ந்ததைச் சொல்லி வாழ்வின் வாசலைச் சிறப்பாக காட்டியுள்ளார்.

நம்மை அவமானப் படுத்தியவர்களை ஆச்சரியப்பட வையுங்கள் என்ற பொன் விதியை கிரிக்கெட் நாயகன் சச்சின் டெண்டுல்கர் வாழ்வில் அவரை அவமானப் படுத்திய ஆஸ்திரேலிய வீரருக்கு எப்படி தன் சாதனையால் பாடம் புகட்டினார் என்று மனம் உருகும்படி

நெகிழ்சியான நிகழ்வுகளால் சிறந்த கருத்துக்ளைக் கூறியுள்ளார். மாணவர்களின் வளர் இளம் பருவத்தினரிடம் பெற்றோர்கள் எவ்வாறு நட்புடன் பழக வேண்டும் என்பதைச் சிறந்த குட்டிக்கதைகள் மூலம் அழகாகப் பயன்படுத்தியுள்ளார். பிள்ளைகளைப் பட்டம் போல் சுதந்திராமாக பறக்க விடுங்கள், ஆனால் அன்பு என்ற நூல் நம்மிடம் அறுந்து போகாமல் இருக்க வேண்டும். இந்த நூல் பள்ளி நூலகங்களை அலங்கரித்து மாணவர்களுக்கு வழிகாட்டும் வாழ்க்கைப் பாடமாக அமைய என் வாழ்த்துக்கள்.

நன்றி!

வாழ்த்துக்களுடன்,

திண்டுக்கல் I.லியோனி
தலைவர்

தமிழ்நாடு பாடநூல் மற்றும்
கல்வியியல் பணிகள் கழகம்

வாழ்த்துரை

விளக்கேற்றும் முயற்சி

மகாகவி பாரதியின் 'பெரிதினும் பெரிது கேள்' என்ற சொற்றொடரையே தலைப்பாக்கிக் கொண்டு கவிஞர் பிரியசகி, சிறுவர்களுக்கான சின்னச் சின்ன சிந்தனைக் கட்டுரைகளைப் படைத்திருக்கிறார்.

இந்தக் கட்டுரைகள் 'இந்து தமிழ்த்திசை' நாளிதழில் தொடராக வெளிவந்ததும், இந்தக் கட்டுரைத் தொகுப்பை, இந்து நாளிதழ் பதிப்பகமே வெளியிடுவதும் சிறப்புக்குரியது. இது இந்தப் படைப்பின் மீது கூடுதல் வெளிச்சத்தைக் குவிக்கும்.

'தொடர்ந்து செய் தொடும் தூரத்தில் புதையல்', 'நட்பு என்பது வாய்ப்பு அல்ல பொறுப்பு', 'மகிழ்ச்சியின் ரகசியம்' என்றெல்லாம் இந்தக் கட்டுரைகளுக்கு வைக்கப்பட்டிருக்கும் தலைப்புகளே பெரிதும் மனதை ஈர்க்கின்றன. இந்த சுயமுன்னேற்றக் கட்டுரைகள் பலவும் கதையம்சத்துடன் இருப்பதால், இவை மாணவச் செல்வங்களின் மனதில் எளிதில் பதியும் என்று நம்புகிறேன்.

உளவியல் பார்வையோடு ஈர்ப்பாக இந்தக் கட்டுரைகள் எழுதப்பட்டிருக்கின்றன. சமூகத்திற்குத் தேவையான அற உணர்வுகளையும், தன்னம்பிக்கையை வளர்க்கும் சிந்தனைத் தெறிப்புகளையும், அழகாக இக்கட்டுரைகளில் நூலாசிரியர் பந்தி வைத்திருக்கிறார்.

எளிய நடையில் எழுதப்பட்டிருக்கும் வலிமையான இந்தப் படைப்பு, மாணவச் செல்வங்களின் கைகளைப் பற்றி, நல்வழியில் அழைத்துச் செல்லும் தன்மையைக் கொண்டிருக்கிறது. மாணவ, மாணவிகளின் இதயங்களில் விளக்கேற்றும் இந்த சிறந்த முயற்சி பாராட்டுக்குரியது. ஏனென்றால் எதிர்காலத் தலைமுறையான மாணவர்கள் சுடரும் உள்ளத்தோடு வளரவேண்டியது மிக மிக முக்கியம். சுயமுன்னேற்றச் சிந்தனைகள், அறிவியல் சார்ந்த சிந்தனைகள், சாதனையாளர்கள் குறித்த செய்திகள் என சகலத்தையும் இந்தக் கட்டுரைகளில் கலந்து தந்திருப்பது, இதன் பயனை உறுதிப்படுத்துகிறது.

இதுபோன்ற சிறுவர் இலக்கியப் படைப்புகள்தான் இன்றைக்கு அதிகம் தேவைப்படுகின்றன. எனவே பிரியசகியின் இதுபோன்ற இலக்கியப் பணிகள் தொடரவேண்டும் என்று மகிழ்வோடு வாழ்த்துகிறேன்.

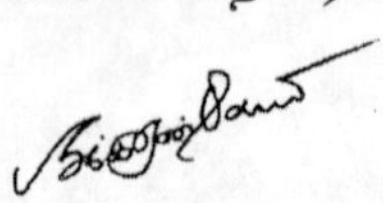

நக்கீரன் கோபால்
ஆசிரியர், நக்கீரன்

பொருளடக்கம்

1. தொடர்ந்து செல், தொடும் தூரத்தில் புதையல்! 13
2. உண்மையில் உனக்கு உதவக்கூடியவர் யார்? 16
3. எப்படியாவது மந்திரம் தெரியணுமே! 20
4. நாளைக்குப் பார்த்துக்கலாம்னு இருந்தா என்னவாகும்? 23
5. நட்பு என்பது வாய்ப்பு அல்ல பொறுப்பு! 26
6. வாழ நினைத்தால் வாழலாம்! 29
7. உண்மையான தேசப்பற்று எது? 33
8. மகிழ்ச்சியின் ரகசியம்! 37
9. முகமது அலியா இல்லை டைசனா, நீ யாராக வேண்டும்? 40
10. இடது கையால எழுதினா நல்லதா, கெட்டதா? 43
11. போதை தேவை இல்லை எனச் சொல்லும் மன உறுதி! 46
12. எண்ணம் போல் வாழ்க்கை! 49
13. சாதனையின் சாவி செயல்பாடு 52
14. கல்வியும் தைரியமும் இரு கண்கள் 55
15. 65 வயதுவரை தோல்விகளைத் தோற்கடித்து வெற்றி கண்டவர் 58
16. இயற்கைக்குத் திரும்புவோம் 62
17. சராசரி மாணவன் டு சிஇஓ 65

18. உங்களுக்கும் நிச்சயம் வானம் வசப்படும்! 68

19. சவால்கள் சாதனைக்கான வாய்ப்புகள் 72

20. திறமை மட்டுமல்ல சமூக அக்கறையும் முக்கியம் 75

21. மறதிக்குக் காரணம் என்ன? 79

22. மூளை ஒரு சூப்பர் கம்ப்யூட்டர் 82

23. அவமானப்படுத்தியவர்களை ஆச்சர்யப்பட வையுங்கள் 86

24. ஸ்மார்டான உறுதிமொழி ஏற்போம்! 89

25. மதில் சுவர் மீது முளைத்த அரச மரம்! 93

26. படிப்பு திறமையைக் கலைத்திருவிழாவில் கண்டுபிடித்த ஆசிரியர்! 96

27. யாரும் பயணிக்காத பாதையைத் தேர்ந்தெடு 100

28. பதின்பருவத்து காதல் ஹார்மோன்களின் சேட்டையே! 103

29. நட்பின் எல்லை உணர்ந்து பழகுங்கள்! 106

30. வளரிளம் பிள்ளைகளைப் புரிந்து கொள்வோம்! 109

31. பெற்றோர் முன்மாதிரியாக இருங்கள்! 113

32. நிபந்தனை அற்ற அன்பு நிச்சயம் சாதிக்கும் 117

தொடர்ந்து செல்,
தொடும் தூரத்தில் புதையல்!

1

தயங்குகிறவர் கை தட்டுகிறார். துணிந்தவர் கைத்தட்டல் பெறுகிறார்.

- பிடல் காஸ்ட்ரோ

ஆதவன் என்ற சிறுவன் அவன் அம்மாவுடன் காட்டை ஒட்டிய ஒரு கிராமத்தில் வாழ்ந்து வந்தான். குழந்தையாய் இருக்கும்போதே தந்தையை இழந்த அவனது தாயும் நோய்வாய்ப்பட்டு இறக்கும் தருவாயில், "ஆதவா உன்னைத் தனியா விட்டுட்டு போறனேன்னு எனக்கு கவலையா இருக்கு. ஆனாலும் நீ தைரியமானவன், உன்னால தனியா சாதிக்க முடியும்னு நான் நம்புறேன். நம்ம கிராமத்தையொட்டி இருக்கும் காட்டுக்குள்ள ஒரு பெரிய புதையல் இருக்கு.

ஆனா அதை அவ்வளவு சுலபமா அடைய முடியாது. நிறைய தடைகள் வரும். எதுக்கும் பயப்படாம நீ தொடர்ந்து முயற்சி செய்தால் அந்தப் புதையலை அடையலாம்" என்றார்.

இப்படிச் சொன்னதோடு ஒரு சிறிய பெட்டியையும் தந்து, "இது மந்திர பெட்டி. எப்போதெல்லாம் தடைகள் வருதோ அப்போது அந்தப் பெட்டியில் இருக்கும் மந்திரத்தைச் சொல்லு, தடைகள் காணாமல் போய்விடும்" என்று சொல்லிவிட்டு இறந்துவிட்டார்.

இருந்த ஒரே ஆதரவான அம்மாவும் இப்போது இல்லாததால் வேறு வழியில்லாமல் அம்மா தந்த மந்திர பெட்டியை எடுத்துக்கொண்டு காட்டுக்குள் புதையலைத் தேடிச்சென்றான் ஆதவன்.

பயப்படாம முயற்சி செய்!

அம்மா இறந்த சோகம், பகலெல்லாம் நடந்த களைப்பு, பசி அனைத்தும் சேர, சோர்ந்துபோய் திரும்பி வீட்டுக்கே போய் விடலாமா என்று நினைத்தான். அம்மா தந்த மந்திரப்பெட்டி நினைவிற்கு வந்ததும் அதைத் திறந்து பார்த்தான். ஒரு தாளில் எழுதப்பட்டிருந்த மந்திரத்தைச் சொன்னதும் புதிய தெம்பு வந்து எழுந்து நடந்தான்.

கொஞ்சம் தூரம் போனதும் பழ மரங்கள் நிறைந்த இடம் வந்தது. ஆஹா! மந்திரம் நல்லா வேலை செய்யுதுன்னு மகிழ்ச்சியுடன் பழங்களைப் பறித்துப் பசியாறினான். அவசரமாகச் சாப்பிட்டதில் விக்கல் எடுத்தது. சுற்றி எங்கேயும் தண்ணீர் இல்லை. என்ன செய்வது என்று பயம் வந்ததும், "பயப்படாம தொடர்ந்து முயற்சி செய்" என்று அம்மா சொன்னது நினைவுக்கு வந்தது.

உடனே மந்திரத்தைச் சொன்னதும் உற்சாகம் வந்து நடக்க ஆரம்பித்தான். கொஞ்சம் தூரத்தில் சலசலவென ஒரு ஆறு ஓடுவதைக் கண்டு தாகம் தீர தண்ணீரை அள்ளிக் குடித்தான். இந்த ஆற்றைக் கடந்து போனால் தான் புதையலை எடுக்க முடியும் என்று புத்தியில் உரைத்ததும் மீண்டும் மனம் சோர்ந்து போனான்.

இருந்தாலும் அம்மாவுக்குக் கொடுத்த வாக்கைக் காப்பாற்ற மறுபடியும் மந்திரத்தைச் சொன்னவாறு இந்த ஆற்றை எப்படி கடப்பது என்று யோசித்தான். ஆற்றங்கரையில் விழுந்து கிடந்த மரங்களைக் காட்டுக் கொடிகளைப் பயன்படுத்திக் கட்டி படகு போல் செய்து அதன் மீது ஏறி அக்கரைக்குச் சென்றான் அங்கே ஒரு குகை கண்ணில் பட்டது.

இந்த குகைக்குள்ளே இன்னும் என்னென்ன பிரச்சினைகள் இருக்கோ என்று பயந்தவாறே உள்ளே சென்றான். ஆனால், அவன் ஆச்சரியப்படும்வகையில் குகையின் நடுவில் பெரிய பெட்டி நிறையத் தங்கமும் வைரமுமாகப் புதையல் இருந்தது. அந்தப் புதையலைக் கொண்டு தானும் வசதியாக வாழ்ந்ததோடு கிராமத்து மக்களுக்கும் உதவிகள் செய்து மகிழ்ந்திருந்தான்.

மந்திர வார்த்தை சொல்லவா?

இந்த கதையில் வருவது போல நமக்கும் ஒரு மந்திரவார்த்தை தெரிந்து நம்மாலும் புதையலை எடுக்க முடிந்தால் எவ்வளவு நன்றாக இருக்கும் என்று தோன்றுகிறதா? "தொடர்ந்து செல், தொடும் தூரத்தில் புதையல்" என்பதுதான் அந்த மந்திர வார்த்தை. உங்கள் வாழ்வின் குறிக்கோள்தான் அந்த புதையல்.

எடிசன் பல்பைக் கண்டுபிடித்ததும், கொலம்பஸ் அமெரிக்காவைக் கண்டு பிடித்ததும், மேரி மற்றும் பியேர் கியூரி இணைந்து ரேடியத்தைக் கண்டுபிடித்ததும், அப்துல் கலாம் இந்தியாவின் குடியரசுத்தலைவரானதும் ஒரு நாளில் மந்திரத்தால் நடந்ததல்ல. மாறாகப் பல தோல்விகளுக்குப் பின்பும் சோர்ந்து விடாமல் தொடர்ந்த முயற்சிகளுக்குக் கிடைத்த பலன்தான் அது. உலகில் பிரச்சினை இல்லாத மனிதர்களே கிடையாது.

ஆனால் எந்த பிரச்சினை வந்தாலும் பயப்படாமல், மனம் சோர்வுறும் போது "தொடர்ந்து செல், தொடும் தூரத்தில் புதையல்", "என்னால் என் குறிக்கோளை அடைய முடியும்" என்பது போன்ற ஆழ்மன கட்டளைகளைச் சொல்லியபடி, குறிக்கோள் நிறைவேறியதுபோல் மனதில் கற்பனை செய்து பார்த்து, உங்களை நீங்களே ஊக்கப்படுத்திக் கொண்டு, தொடர்ந்து முயற்சி செய்தால் உங்கள் வாழ்வின் லட்சியத்தை நிச்சயம் அடைய முடியும்.

உண்மையில் உனக்கு உதவக்கூடியவர் யார்?

2

பிறர் ஒரு காரியத்தைச் சாத்தியமில்லாதது என்றால் அது அவர்களுக்குச் சாத்தியமில்லாதது. உன்னோடு நீ இருக்கும்வரை உனக்கு எதுவும் சாத்தியமே.

செழியன் 11 ஆம் வகுப்பு மாணவன். தன் தோற்றம் குறித்தும் திறமைகள் குறித்தும் தாழ்வு மனப்பான்மை கொண்டவன். படிப்பில் மிகவும் சராசரியான மதிப்பெண் பெறுபவன் என்பதால் பெற்றோர் அவனை அவன் தம்பியுடன் ஒப்பிட்டு பேசுவதும் இதற்கு ஒரு காரணம்.

வகுப்பில் போட்டிகள், பொறுப்பு வகித்தல் ஆகியவற்றுக்கு அழைத்தால் முன் செல்ல மாட்டான். ஆசிரியர்கள் ஏதேனும் நோட்டு புத்தகங்களை ஓய்வு அறையில் வைக்க சொன்னால்கூட தனியாக செல்லாமல் துணைக்கு நண்பர்களை அழைத்துச் செல்வான். வீட்டிலும் அம்மா கடைக்கு அனுப்பினால்கூட தம்பியையோ, பக்கத்து வீட்டு நண்பனையோ துணைக்கு அழைப்பான். தன்னால் தனியாக எந்த வேலையையும் சரியாக செய்ய முடியாது என்று அவனுக்கு ஆழப் பதிந்துவிட்டது.

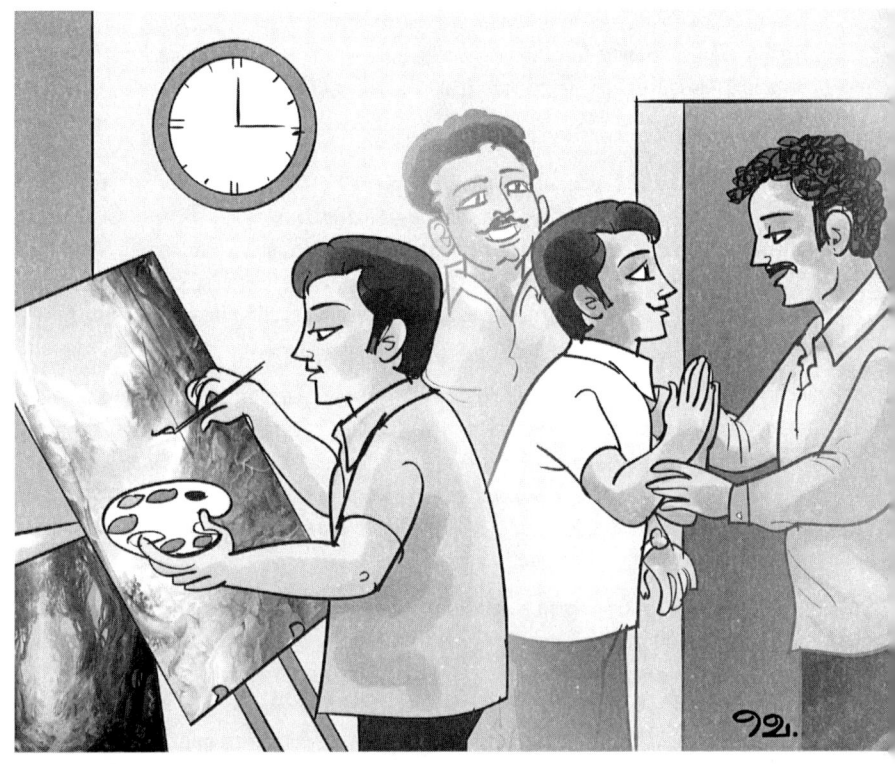

அத்தகைய சமயங்களில் அவன் துணைக்கு அழைப்பவர்கள் அவனைப் பயந்தாங்கொள்ளி என்று கேலி செய்வது அவனுக்கு மிகுந்த வருத்தத்தை தந்தது. தன்னைக் கேலி செய்யாத ஒருவரைக் கண்டுபிடித்து நட்பு கொள்ள ஏங்கினான். "பள்ளி விடுமுறைக்குப் பிரியமான மாமா வீட்டுக்குச் செழியன் சென்றபோது," சரி அப்படி ஒருவரை எனக்குத் தெரியும். அவரது விலாசம் தருகிறேன். ஆனால், ஒரு நிபந்தனை அவரை சந்திக்கும் வரை யாரிடமும் எந்த உதவியும் பெறக்கூடாது, சரியா?"என்றார் மாமா. செழியனும் அவரைச் சந்திக்கும் வரைதானே என்று ஒப்புக்கொண்டான். மாமா தந்த விலாசத்தை எடுத்துக் கொண்டு புறப்பட்டான்.

அலைந்து திரிந்து பலரிடம் விசாரித்து இடத்தைக் கண்டுபிடிக்கவே ஒரு நாளாகிவிட்டது. கதவைத் தட்டி, விலாசத்திலிருந்த பெயரைச் சொல்லிக் கேட்டதும் அவர் வெளியூர் சென்றிருப்பதாகவும் திரும்பி வர ஒரு வாரமாகும் என்றதைக் கேட்டதும் தலை சுற்றியது. ஒரு நாள் முழுவதும் கையில்

காசில்லாததால் எதுவும் சாப்பிடாமல் களைப்புற்றிருந்தவனுக்கு இன்னும் ஒரு வாரம் என்ன செய்வது? யாரிடமும் எந்த உதவியும் கேட்கக் கூடாது என்று வேறு மாமா சொல்லிவிட்டாரே என்று யோசித்தவாறு நடந்தான்.

எதிர்பாராத வேலை

வழியில், "வேலைக்கு ஆள் தேவை" என்று ஒரு கடைவாசலில் எழுதியிருந்ததைப் பார்த்துக் கடை முதலாளியை அணுகி வேலை கேட்டான். கடையில் உள்ள பொருட்களையெல்லாம் தூசி தட்டி, பெருக்கி சுத்தமாக வைத்திருக்க தினமும் மூன்று வேளை சாப்பாடு போட்டுத் தங்க இடமும் 50 ரூபாய் பணமும் தருவதாகச் சொன்னார். இப்போதைக்கு அவனுக்கு அதுதான் தேவையென்றதால் உடனே ஒப்புக் கொண்டான்.

அது ஒரு பரிசுப்பொருட்களை விற்பனை செய்யும் கடை. அங்கு மிக அழகான ஓவியங்கள் வரையப்பட்டு 'பிரேம்' போடப்பட்டு விற்பனைக்காக வைக்கப்பட்டிருந்ததைக் கண்டு ஒவ்வொன்றாக ரசித்துப் பார்த்து சுத்தமாக துடைத்து வைப்பான். அவனுடைய அப்பா ஓர் ஒவியர் என்பதால் தினமும் அவர் வரைவதைப் பார்த்தே அவனும் வரைய கற்றுக்கொண்டவன், வரைவதைச் சந்தோசமாக ரசித்து வரைவான்.

ஆனால் தான் வரைந்த ஓவியங்களை இதுவரை யாரிடமும் காட்டியதே இல்லை. காரணம் அப்பா வரைந்ததோடு தன்னுடைய ஓவியங்களை ஒப்பிட்டுப் பார்த்து தனக்கு நன்றாக வரைய வராது என அவனாகவே முடிவு செய்து விட்டான். இப்போது கடை மூடிய பிறகு நிறைய ஓய்வு நேரம் கிடைத்ததால், சரி நம்முடைய சந்தோஷத்திற்காகவும் போரடிக்காமல் இருக்கவும் வரையலாமே என்று கையிலிருந்த பணத்திற்கு ஓவியம் வரைய தேவையான பொருட்களை வாங்கி வரையத் துவங்கினான்.

தினமும் இரவு முழுவதும் உறங்காமல் வரைந்து, பகலில் கடையிலும் வேலை பார்த்ததால் உடல் நலிவுற்றுக் காய்ச்சல் வந்து விட்டது. வேலைக்கு அவன் வராதது கண்டு முதலாளி அவன் தங்கியிருந்த இடத்திற்கு வந்து பார்த்தார். காய்ச்சலுடன் அவன் படுத்திருப்பதையும் பக்கத்தில் இரு அழகான ஓவியங்கள் இருப்பதையும் கண்டு, "செழியா இதை நீயா வரைஞ்ச ரொம்ப அழகாயிருக்குடா, நீ இவ்ளோ நல்லா வரைவேன்னு எனக்கு தெரியாம போச்சே", என்று கட்டிப்பிடித்துப் பாராட்டினார்.

வாழ்க்கையில் முதல்முறையாகத் தன் திறமைக்காகப் பாராட்டப்படும் போது கிடைக்கும் மகிழ்ச்சியை அனுபவித்த செழியனுக்கு கண்களில் கண்ணீர் வந்து விட்டது. காய்ச்சல் காணாமல் போனது. "தொடர்ந்து வரை, உன் ஓவியங்களை நானே நல்ல விலைக்கு வாங்குகிறேன்" என்றதும் நன்றியோடு முதலாளியை வணங்கினான்.

தேடி வந்த ஆள்!

அடுத்த நாள் தான் தேடி வந்த நபர் திரும்பி வந்து விட்டதை அறிந்து அவரைத் தேடிச் சென்று தான் வந்த விஷயத்தைக் கூறி, "என்னோடு வருகிறீர்களா?" என்று கேட்டான். அதுவரை கனிவாயிருந்த அவரது முகம் கடுகடுப்பாய் ஆனது. எனக்கு என்ன வேற வேலை வெட்டியே இல்லைன்னு நினைச்சியா? என்னால உன்கூட வர முடியாது. நீ தேடி வந்த ஆள் இந்த அறையிலே இருக்கான் போய்ப்பார் என்று பக்கத்து அறையை நோக்கிக் கை காட்டினார்.

அதிர்ந்து போன செழியன் ஏதும் பேசாமல் பக்கத்து அறைக்குப் போனான். அந்த அறை யாருமின்றி காலியாக இருந்தது கண்டு மேலும் அதிர்ச்சிக்குள்ளானான். ஆனால், அது ஒரு கண்ணாடி அறை எல்லாப் பக்கமும் இருந்த கண்ணாடிகளில் தன்னுடைய உருவம் காணப்படுவதைக் கண்டு திகைத்தான்.

அப்போது அறைக்கதவு திறக்கப்பட்டு மாமாவும், வெளியே அவனுடன் பேசிய நபரும் உள்ளே வந்தனர். "என்ன செழியா உன் வாழ்நாள் முழுவதும் உன்னுடனே இருந்து உனக்கு உதவி செய்யக் கூடிய ஒரே நபர் யாரென்பதைக் கண்டுபிடித்து விட்டாயா?" என்று மாமா கேட்டதும், உண்மை உரைக்க ஓடிச் சென்று அவரைக் கட்டிப்பிடித்துக் கொண்டான்.

எப்படியாவது மந்திரம் தெரியணுமே!

3

தினந்தோறும் கடைபிடிக்கும் நல்ல பழக்கம் ஒருவரின் வாழ்க்கையை வெற்றிபெறச் செய்யும் சக்தி வாய்ந்த ஆயுதம்.

- **ஜேம்ஸ் க்ளியர்**

சோமு ஏழைக் குடும்பத்தைச் சேர்ந்தவன். வாழ்க்கையில் முன்னேற வேண்டும் என்ற எண்ணம் உள்ளவன். ஆனால், சோம்பேறி. யாராவது ஊக்கமூட்டும் வகையில் மேடையில் பேசினால் மிகுந்த உற்சாகம் கொள்வான். அதெல்லாம் ஓரிரு நாட்கள்தான். காற்றுப் போன பலூன் போல உற்சாகம் வடிந்து பழையபடி சோம்பேறித்தனம் வந்துவிடும். காலை எட்டு மணிக்குத்தான் படுக்கையை விட்டு எழுவான். அவசரமாகக் கிளம்பி ஓடினாலும் பள்ளிக்குத் தாமதமாகிவிடும்.

தினமும் வீட்டுப்பாடம் முடிக்காமல் தாமதமாக வருவதால் ஒருநாள் வகுப்பாசிரியர், "தினமும் தாமதமாக வர்றியே,வெட்கமாயில்லை, சரியான சோம்பேறி" என்று திட்டினார். அன்றுமுதல் நண்பர்கள் அவனைச் 'சோம்பேறி சோமு 'என அழைக்கத் தொடங்கினர். சோமுவுக்குத் தன்நிலையை எண்ணி அவமானமாகவும், தன்னைக் கிண்டல் செய்பவர்கள் மீது கோபமாகவும் இருந்தது.

அவனது சித்தப்பா ஒரு மேஜிக் நிபுணர். அவரிடம் சென்று தனது பரிதாபமான நிலையைக் கூறி தன்னைக் கிண்டல் செய்பவர்களை எல்லாம் குரங்காக மாற்றக்கூடிய மந்திரத்தைத் தனக்கு கற்றுக் கொடுக்கும்படி வேண்டினான். பொறுமையாக அவன் சொல்வதைக் கேட்ட அவரும், "உனக்கு அந்த மந்திரத்தைக் கற்றுத் தருகிறேன். ஆனால், அதை அவ்வளவு சுலபமாக ஒரே நாளில் கற்றுக் கொள்ள முடியாது. அதற்கு சில விதிமுறைகளை நீ கடைபிடிக்கனும்" என்றார்.

மந்திரத்தை கற்றுக் கொள்ள தான் எதையும் செய்யத் தயார் என்றான் சோமு. "சரி 21 நாட்கள் காலை 4 மணிக்கு எழுந்து குளித்துவிட்டு இங்கே வா, நான் சில பயிற்சிகளை உனக்கு அளிப்பேன், அதை நீ தவறாமல் செய்தால் 22 ஆவது நாள் மந்திரத்தைக் கற்றுத் தருவேன்" என்றார். ஒரு நிமிடம் மலைத்தவன் சரி 21 நாட்கள்தானே என்று ஒப்புக் கொண்டான்.

'ஸ்மார்ட்' ஆவது எப்படி?

மந்திரத்தைக் கற்கும் ஆர்வ மிகுதியால் அம்மா அப்பாவிடம் சொல்லிக் காலை எழுப்பிவிடச் சொன்னான். போதாக்குறைக்கு அலாரம் வேறு வைத்துவிட்டுப் படுத்தான்.

தினமும் சரியாக காலை 4 மணிக்கு எழுந்து குளித்துவிட்டு சித்தப்பா வீட்டிற்கு சென்று அவர் கற்றுக் கொடுக்கும் உடற்பயிற்சிகளையும், தியான முறைகளையும் ஒரு மணி நேரம் செய்து விட்டு வீடு திரும்பினான். 21 நாட்கள் முடிந்து 22-வது நாள், "நல்லது சோமு மந்திரத்தைக் கற்றுக் கொள்ள உன் உடலும் மனமும் தயாராகிவிட்டது. வா உனக்கு மந்திரம் கற்றுத் தருகிறேன்' என்றார்.

சோமுவோ,"வேண்டாம் சித்தப்பா, இனி அந்த மந்திரம் எனக்குத் தேவைப்படாது. தினமும் காலை 4 மணிக்கு எழுவது முதல் ஒரு வாரம் சிரமமாக இருந்தது. அலாரம் அடித்தாலும் அம்மா, அப்பா எழுப்பினாலும் சோம்பேறித்தனம் எழவிடாமல் செய்தது. ஆனால், என்னை கிண்டல்

செய்தவர்களைப் பழிவாங்க வேண்டும் என்ற எண்ணம் எழுந்து கிளம்ப செய்தது.

அதிகாலை குளியலும், நீங்கள் கற்றுக் கொடுத்த உடற்பயிற்சிகளும் என் உடலைச் சுறுசுறுப்பாக்கியது. தியானமோ என் நினைவாற்றல், கவனம், சிந்திக்கும் ஆற்றலை அதிகரித்தது.

பயிற்சி முடித்து வீட்டுக்குச் சென்றாலும் 2 மணி நேரம் அதிகப்படியாக இருந்ததால் வீட்டுப்பாடங்களை எழுதவும் படிக்கவும் நேரம் கிடைத்தது. அம்மாவுக்கும் தேவையான சிறுசிறு உதவிகள் செய்துவிட்டு பள்ளிக்கு நேரத்தோடு போக முடிந்தது. முன்பு வகுப்பில் தூங்கி வழியும் நான் இப்போது சுறுசுறுப்பாக நன்றாகப் பாடங்களை கவனித்து பதில் செல்வதாலும், நல்ல மதிப்பெண் எடுப்பதாலும் எல்லா ஆசிரியர்களும் பாராட்டுகிறார்கள்.

நண்பர்களும் இப்போது ‘சோம்பேறி சோமு’ என்று அழைக்காமல் ‘ஸ்மார்ட் சோமு’ என்று அழைக்கிறார்கள். என் பழக்க வழக்கங்களை நான் மாற்றிக் கொண்ட பின் என்னைச் சுற்றியுள்ள மனிதர்களும் மாறிவிட்டார்கள். இனிமேல் எனக்கு எதற்கு அந்த மந்திரம்” என்றான். தன்னுடைய தந்திரம் பலித்ததை எண்ணி மகிழ்ந்த சித்தப்பா சோமுவைக் கட்டிப்பிடித்துப் பாராட்டினார்.

நல்ல நேரம் வர காத்திருக்காதீர்

அன்பு மாணவர்களே! வெற்றியாளர்கள் என உலகம் கொண்டாடுபவர்கள் யாவரும் நல்ல நேரம் வரட்டும் என காத்திராமல் விடியுமுன் எழுந்து சூரியனை எழுப்பியவர்களே. எந்த ஒரு செயலையும் நம் பழக்கமாக மாற்ற 21 நாட்களுக்கு தொடர்ந்து செய்வது அவசியம். ஒவ்வொருவரின் உடலிலும் உயிரியல் கடிகாரம் என்று ஒன்று உண்டு.

இரவு உறங்கச் செல்லும் முன் காலை 4 மணிக்கு அலாரம் அடிக்கும் முன் எழுந்து விட வேண்டும் என உங்கள் மனதுக்கு பத்து தடவை சொல்லிப் பாருங்கள். சுற்றுலா செல்ல 5 மணிக்கு பள்ளிக்கு வரவேண்டுமென்றால் காலை 4 மணிக்கு முன்னதாகவே யாரும் எழுப்பாமலே எழுந்து விடுவீர்கள் அல்லவா? அது உங்கள் உயிரியல் கடிகாரத்தின் வேலைதான். அதை முடுக்கி விட்டு தினமும் செயல்பட செய்து விட்டால் அதிகாலையில் அதிகப்படியாகக் கிடைக்கும் நேரம் உங்கள் வாழ்க்கையை வெற்றிகரமாக மாற்றிவிடும்.

நாளைக்குப் பார்த்துக்கலாம்னு இருந்தா என்னவாகும்?

4

இன்று முடிக்க வேண்டிய வேலையை நாளை தள்ளிப் போடாதே. செய்ய வேண்டிய செயலைத் தள்ளிப் போட்டால் உன் வெற்றியும் தள்ளிப் போகும்.

- சார்லஸ் டிக்கன்ஸ்.

மாதம் ஒரு முறையாவது சிறந்த சாதனையாளர்களை அழைத்து வந்து மாணவர்களுடன் உரையாட வைப்பது அந்த பள்ளியில் வழக்கம். அன்றும் அதற்காகவே தொழிலதிபரான வான்மதி அழைக்கப்பட்டு இருந்தார்.

குழந்தைகளே உங்களுக்கு ஒரு கதை சொல்லவா என்று அவர் கேட்டதும் பிரகாசமானது மாணவர்களின் முகம். அவரும் சொல்ல ஆரம்பித்தார்.

ஒரு ஊர்ல 'நாளைக்குப் பார்த்துக்கலாம்'னு ஒரு பொண்ணு இருந்தா. என்ன இப்படி ஒரு பெயர் இருக்கானு யோசிக்கிறீங்களா? படிக்கிறது, வீட்டுவேலை செய்றது எல்லாத்தையும் நாளைக்குப் பாத்துக்கலாம், நாளைக்கு பாத்துக்கலாமுன்னு அவள் தள்ளிப்போடுவாள்.

அதனால் அவளோட பட்ட பெயரே நிரந்தரமாகிடிச்சு. இந்த தள்ளிப்போடும் பழக்கத்தால் மதிப்பெண் குறைந்து ஆசிரியர்களும், பெற்றோர்களும் அவளைத் திட்ட

ஆரம்பிச்சாங்க. தோழிகள் அவளைத் தம் நட்பு வட்டத்தில் இருந்து தள்ளி வச்சாங்க. ஒன்பதாம் வகுப்பு வரை ஆல் பாஸ் ஆனவள், பத்தாம் வகுப்பில் திணறிப் போனாள். தள்ளிப்போடும் பழக்கம் உடம்பில் ஊறிப்போனதால் மலைபோல் தேங்கிய பாடங்களைப் படிக்க முடியாமல் பொதுத்தேர்வில் தோல்வியுற்று வீட்டுக்குள் முடங்கிப் போனாள்.

விபரீதத்தில் முடிந்த பழக்கம்

ஒரு நாள் தோட்டத்தில் நடந்த போது கீழே கிடந்த துருப்பிடித்த ஆணி காலில் குத்தியது. பெற்றோரிடம் சொன்னால் ஊசி போட சொல்வார்கள் என்று பயந்து, சரி நாளைக்குப் பார்த்துக்கலாம் என வழக்கம் போல தள்ளிப்போட்டாள். நான்கைந்து நாட்கள் கழித்து அவள் தாங்கித் தாங்கி நடப்பதைப் பார்த்து அம்மா கேட்ட பிறகே நடந்ததைக் கூறினாள்.

பதறிப்போன அம்மா உடனே மருத்துவரிடம் அழைத்துப்போக, அவர் புண்ணைச் சுத்தம் செய்து மருந்து மாத்திரைகள் கொடுத்தார். ஆனாலும் நாளுக்குநாள் புண் பெரிதாகச் செப்டிக் ஆனது. காலை காப்பாற்றக் கணுக்கால் வரை வெட்டி எடுக்க வேண்டிய நிலை வந்தது. சிறு வயது முதலே எதையும் தள்ளிப்போடும் பழக்கம் தன்னை எங்கு கொண்டு வந்து நிறுத்தி இருக்கிறது என்பதை அவள் அப்போதுதான் உணர்ந்தாள்.

இன்றே செய்!

தன்னை கேலி பேசியவர்கள் முன்னால் தலை நிமிர்ந்து வாழ்ந்து காட்டுவது என்று முடிவெடுத்தவள், வைராக்கியத்துடன் படிக்க ஆரம்பித்தாள். 10-ம் வகுப்பையும், பிளஸ் 2-வையும் பிரைவேட்டாகப் படித்து முதுநிலை வணிக நிருவாகம் முடித்தாள். பல வருட அயராத கடின உழைப்பால் அம்மா நடத்தி வந்த சிறிய இட்லி கடையைப் பெரிய உணவு விடுதியாக்கினாள்.

இன்றைக்கு அவளது உணவு விடுதிக்கு உலகம் முழுவதும் நூற்றுக்கணக்கான கிளைகள் உண்டு. 'நாளைக்குப் பார்த்துக்கலாம்' என்று பட்டப் பேர் கொண்ட அந்த பெண்ணை "நாளைய தலைமுறையின் வழிகாட்டி" என இன்று பத்திரிக்கைகள் கொண்டாடுகின்றன என்றபடியே மேஜை மீதிருந்த ஒரு பிரபல வார இதழை எடுத்துக் காட்டினார் வந்திருந்த விருந்தினர் வான்மதி.

அதன் அட்டைப் படத்தில் வான்மதியின் புகைப்படமும் "நாளைய தலைமுறையின் வழிகாட்டி" என்ற தலைப்பும் காணப்பட்டது. பிள்ளைகளே இவ்வளவு நேரமும் நான் சொன்னது என்னைப் பற்றித்தான். நான் தான் அந்த நாளைக்குப் பார்த்துக்கலாம்னு பட்டப்பேர் கொண்டு அழைக்கப்பட்டவள்.

அந்த பழக்கத்தில் இருந்து விடுபட்டு கடின உழைப்பால் இன்று தொழிலதிபராக உங்கள் முன் நிற்கிறேன் என்று சொன்னதும் மாணவ மாணவியரின் கரகோஷம் விண் அதிரச் செய்தது. ஓரடி முன்னே வந்த

அவரது உலோகக்கால் அவரைப் போலவே மின்னியது.

அன்பு பிள்ளைகளே! எல்லா வேலைகளையும் பிறகு பார்த்துக்கொள்ளலாம் என்று தள்ளிப் போடும் பழக்கம் நம்மில் பலருக்கு உண்டு. அது மோசமான விளைவுகளைத் தரும். செய்ய வேண்டிய வேலையைக் கண்டு மலைத்து போகாமல், அதை செய்து முடித்தால் என்னவாகும் என்று கற்பனை செய்து பாருங்கள்.

அந்த எண்ணமே உற்சாகத்தைத் தரும். அதே உற்சாகத்தோடு வேலை செய்ய தொடங்குங்கள். ஒரே மூச்சில் முழுவதும் முடிக்க வேண்டுமென்று நினைக்காமல் சிறு சிறு பகுதிகளாகப் பிரித்துக் கொண்டு எது முக்கியமோ அதை முதலில் படியுங்கள்.

நட்பு என்பது வாய்ப்பு அல்ல பொறுப்பு! 5

நல்ல நட்பு என்பது தட்டிக் கொடுக்க மட்டுமல்ல. தவறு செய்தால் தட்டிக் கேட்கவும்தான்.

எப்போதும் பள்ளியிலிருந்து வரும் போது படபடவென சந்தோஷமாக பேசிக் கொண்டு வரும் செல்வம் அன்று வருத்தமான முகத்துடன் அறையில் போய் அமர்ந்தான். இதைக் கண்ட அவனது அம்மா ஜோதி அவனருகில் சென்றார். "என்னப்பா செல்வம், ஏன் டல்லாயிருக்க?" எனக் கேட்டார்.

அம்மா உங்களுக்கே நல்லா தெரியும் எனக்கு நிறைய நண்பர்கள் உண்டு. அதிலும் ராஜன், அருள், இப்ராஹிம், கதிரேசன் இவங்கெல்லாம் என்னோட உயிர் நண்பர்கள்ன்னு இத்தனை நாள் நெனச்சுட்டிருந்தேன். நீங்க எனக்குக் குடுக்குற சாப்பாடு, பலகாரத்தையெல்லாம் வாங்கி சாப்பிடும்போது இனிக்க இனிக்க பேசுவாங்க.

ஆனா நான் இல்லாதப்போ என்னைப் பத்தி கிண்டல் பண்ணி பேசுறாங்களாம். அப்ப அருள் மட்டும்தான் "செல்வம் நம்ம ப்ரெண்ட், ஏன்டா இப்படி பேசுறீங்க?" அப்படீனு அவங்களைத் திட்டியிருக்கான். வேற ஒரு பையன் வந்து இதை என்கிட்டே சொன்னான்.

அடுத்த வாரம் கதிரேசனோட பிறந்த நாள் வருது. அன்னைக்கு ஸ்கூலுக்கு கட் அடிச்சிட்டு வெளியே

எங்கேயாவது போகலாம்னு வீட்டுக்குத் தெரியாம ஆளுக்கு ஐநூறு ரூபாய் காசு கொண்டு வர சொல்றாங்க. நான் வரமாட்டேன்னு சொன்னதுக்கு, நீ எங்களோட வரலைன்னா இனிமே எங்க கூட பேசாதேன்றாங்க. எனக்கு என்ன செய்யுறதுன்னே தெரியலம்மா என்றான் செல்வன்.

மதிப்பு தெரியுமா?

சிறு வயது முதலே தினமும் பள்ளியில் நடந்தவற்றைத் தன்னிடம் வந்து சொல்லும் பழக்கமுள்ள செல்வம் பதினோராம் வகுப்பிலும் நண்பர்களைப் பற்றிய தன் வருத்தங்களையும் பகிர்ந்து கொள்வது அம்மாவுக்கு மகிழ்ச்சியைத் தந்தது. அவனருகில் அமர்ந்த அம்மா தன் செல்போனிலிருந்த ஒரு படத்தைக் காட்டி செல்வம் இது எவ்வளவு விலை இருக்கும் சொல் என்றார்.

கல் போன்று இருந்த அந்த படத்தைப் பார்த்த செல்வம் அம்மா இது அழகா இருக்கு. நம்ம மீன் தொட்டியில போடலாம். என்ன ஒரு நூறு ரூபா இருக்குமா என்றான். புன்னகைத்த அம்மா, இது பட்டை தீட்டப்படாத வைரம். ஒரு வைர வியாபாரி கையிலிருந்தால் இதன் மதிப்பு ஒரு கோடி ரூபாய், உனக்கு அதன் மதிப்பு தெரியாததால் நூறு ரூபாய் என்கிறாய்.

இது போலத்தான் நீ எங்கு இருக்கிறாய், உன்னோடு யார் இருக்கிறார்கள் என்பதைப் பொறுத்து உன் மதிப்பு மாறும். மற்றவர்கள் உன்னைப் பற்றி என்ன நினைக்கிறார்கள் என்பதைவிட உன்னைப் பற்றி நீ என்ன நினைக்கிறாய் என்பதுதான் முக்கியம்.

பனை மரமா, வாழை மரமா?

மனித உறவுகளில் அம்மா, அப்பா, அண்ணன், தம்பி, அக்கா, தங்கை போன்ற எந்த உறவையும் நாம் தேர்ந்தெடுக்க முடியாது. நண்பர்களை மட்டுமே தேர்ந்தெடுக்க முடியும். அப்படிப்பட்ட நண்பர்கள், நல்லவர்களாக இருக்க வேண்டியது மிகவும் அவசியம். நண்பர்களில் பனை மரம் போன்றவர்கள், வாழை மரம் போன்றவர்கள் என இரு வகை உண்டு.

பனைமரம் யாரும் விதை போடாமல் முளைத்து தண்ணீர் ஊற்றாமல் வளர்ந்து ஓலை, பழம், கிழங்கு, நுங்கு என பலன் தரும். பனை மரம் போன்ற நண்பர்கள் நம்மிடம் எதையும் எதிர்பார்க்க மாட்டார்கள். ஆனால் நம் முன்னேற்றத்துக்குப் பெரிதும் உதவியாக இருப்பார்கள்.

வாழை மரத்திற்கு தினமும் தண்ணீர் ஊற்றினால் மட்டுமே பலன் தரும். நம்மிடமிருந்து ஏதேனும் பலன் கிடைத்தால் மட்டுமே நட்பாக இருப்பவர்கள் வாழை மரம் போன்றவர்கள். நண்பர்களைத் தேர்ந்தெடுக்கும்போது பனை மரம் போன்றவர்களை மட்டுமே தேர்ந்தெடுக்க வேண்டும்.

உனக்கு முன் நன்றாக பேசி, நீ இல்லாத போது உன்னைப் பற்றி தவறாக பேசுபவர்கள் நிச்சயம் போலியானவர்கள். அவர்களை விட்டு விலகியிருப்பது தான் உனக்கு நல்லது. உன்னைப் பற்றி அவர்கள் தவறாக பேசும் போது அருள் உனக்கு சப்போர்ட் பண்ணி பேசுனதா சொன்ன இல்லையா. அவன் உனக்கு நல்ல நண்பனா இருப்பான்.

திருத்து அல்லது விலகு!

அதோட வீட்டுக்கு தெரியாம பணம் கொண்டு வரச் சொல்லி ஸ்கூலுக்குப் போகாம வெளியே போறாங்கன்னா நிச்சயம் அவங்க நல்ல ப்ரெண்ட்ஸ் கிடையாது. மது, சிகரெட், போதைப்பொருள் பயன்படுத்துவது இது போன்ற தவறான பழக்கங்கள் இந்த மாதிரியான நண்பர்கள் மூலம்தான் அறிமுகமாகும்.

முதலில் விருந்தாளியாக வரும் கெட்ட பழக்கம் பிறகு உன்னை அடிமைப்படுத்தி உனக்கு எஜமானனாகிவிடும். பிறகு அதிலிருந்து விடுபடுவது ரொம்ப சிரமம். பல இளைஞர்கள் இப்படிப்பட்ட பழக்கங்களுக்கு அடிமையாகி வாழ்க்கையைத் தொலைச்சிக்கிட்டிருக்காங்க.

இப்படிப்பட்டவர்கள் நமக்கு நண்பர்களா இருந்தா அவங்களைத் திருத்தப் பார்க்கலாம். முடியாவிட்டால் அவர்களை விட்டு விலகி விடுவது தான் நமக்கு நல்லது.

நேரத்தைச் சரியாக பயன்படுத்தும் பெரிய குறிக்கோளுடைய, நேர்மறையான எண்ணங்கள் கொண்ட நண்பர்கள் உன்னைச் சூழ்ந்து இருந்தால் நீயும், உன் நண்பர்களும் வாழ்க்கையில் வெற்றி பெறுவது நிச்சயம் என்றார் அம்மா. மனக்குழப்பங்கள் நீங்கி தெளிந்த முகத்துடன் அம்மாவுக்கு நன்றி சொன்னான் செல்வம்.

வாழ நினைத்தால் வாழலாம்!

6

துன்பங்கள் மட்டும் இல்லை என்றால் போராடும் எண்ணமே நமக்கு இல்லாமல் போய்விடும்.

- பிடல் காஸ்ட்ரோ

ஆசிரியர் ஓய்வு அறையில் ரெகார்ட் நோட்டுகளைத் திருத்திக் கொண்டிருந்தார் ஆசிரியயை மங்களம். படம் மிக அழகாக வரையப்பட்டிருந்ததால் யாருடைய நோட்டு என்று முன்பக்கம் திருப்பிப் பெயரைப் பார்த்தார்.

பார்வதி என்ற பெயரைப் பார்த்ததும் காலையில் அவளும் அவள் தோழி உமாவும் பாடம் நடத்துவதைக் கவனிக்காமல் பேசிக் கொண்டிருந்ததால் தன்னிடம் திட்டு வாங்கியது நினைவுக்கு வந்தது.

பார்வதி சிறு வயதிலேயே தாயை இழந்தவள். அதனால் எப்போதும் ஒரு மென்சோகம் அவள் முகத்தில் தென்படும். இன்றோ அவளது முகம் மிகவும் சோகமாகக் காணப்பட்டது.

தற்கொலை பைகள்!

மணி அடித்ததும் பார்வதியின் வகுப்பிற்கு ஆசிரியை சென்றார். ஸ்டூடன்ட்ஸ் காலையில் விலங்கு செல்களின்

நுண்ணுறுப்புகள் பத்தி பாத்துக்கிட்டிருந்தோம் இல்லையா?

ஆமாம் மிஸ் லைசோசோமுக்கு இன்னொரு பெயர் ‘தற்கொலை பைகள்’, அதைப்பத்தி மதியம் சொல்றேன்னு சொன்னீங்க.

கரெக்ட். ‘தற்கொலை பைகள்’ பத்தி நாளைக்கு சொல்றேன். இன்னைக்கு தற்கொலை பற்றி பேசலாமுன்னு நினைக்கிறேன்.

ஆமா மிஸ் இப்பல்லாம் ஸ்கூல், காலேஜ் ஸ்டுடென்ட்ஸ் தற்கொலை பண்ணிக்கிட்டதா அடிக்கடி நியூஸ்ல பார்க்கிறோம். தற்கொலை கோழைத்தனமான முடிவு மிஸ்.

அப்படியெல்லாம் சொல்லிவிட முடியாது மிஸ், சாகத் துணியறதுக்கும் ஒரு தைரியம் வேணும். இல்லையா மிஸ், என்று பல்வேறு பதில்கள் மாணவிகளிடமிருந்து வந்தன.

ஆசிரியை, பார்வதியைப் பார்த்து “நீ ஏதாவது சொல்ல நினைக்கிறியா?” என்றதும் திடுக்கிட்டுப் பார்த்தாள். சில வினாடிகள் மௌனத்திற்கு பிறகு, தன்னைப் பிரச்சினையிலிருந்து காப்பாற்ற யாருமே இல்லைன்னு நினைக்கிறவங்கதான் அந்த முடிவுக்கு வருவாங்க என்றாள்.

நீங்க சொன்னது எல்லாமே ஒரு விதத்தில் சரிதான். உலகத்தில் இருக்கும் பெரும்பாலானவர்களோட வாழ்க்கையில் ஏதாவது ஒரு சமயத்தில் தற்கொலை எண்ணம் வந்திருக்கும். ஆனா அதிலிருந்து மீண்டுவந்து சாதனை படைத்தவர்கள் ஏராளம். எந்த பிரச்சினைக்கும் மரணம் தீர்வாகாது. அதேபோல் தீர்வு இல்லாத பிரச்சினைகளும் கிடையாது.

சாதனையாளர்களில் அப்படி தற்கொலைக்கு முயன்றவர்கள் யார் மிஸ்? என்று ஆர்வத்துடன் கேட்டாள் உமா.

சோதனை வென்றவர்கள்

ஹாரிபாட்டர் எழுதிய ஜே கே ரௌலிங், புகழ் பெற்ற எழுத்தாளர் லியோ டால்ஸ்டாய், இரு ஆஸ்கார் விருது பெற்ற ஏ.ஆர்.ரகுமான் போன்றோர் வாழ்க்கையில் பல தோல்விகளைச் சந்தித்து தற்கொலை செய்து கொள்ள எண்ணியவர்களே. பிறகு அதிலிருந்து விடுபட்டு தங்கள் விடாமுயற்சியாலும், உழைப்பாலும் சாதனை படைத்தார்கள். இன்னும் ஒற்றைக் காலுடன் எவரெஸ்ட் ஏறிய ஒரு பெண்ணைப் பற்றி சொன்னால் நீங்கள் வியப்படைவீர்கள்.

எப்படி சாதிச்சீங்க?

என்ன மிஸ் சொல்றீங்க ஒரு காலோட எவரெஸ்ட் ஏறினாங்களா? யாரு மிஸ் அது?

அருணிமா சின்ஹா என்ற 24 வயது இளம் பெண் உத்தரபிரதேசத்தில் பிறந்தவர். வாலிபால் விளையாட்டில் தேசிய அளவில் விளையாடி வென்ற ஒரு வீராங்கனை. ஒரு தேர்வுக்காக டெல்லிக்கு ரயிலில் செல்லும் போது அவர் அணிந்திருந்த செயினைக் கொள்ளையடிக்க வந்தவர்களிடம் போராடினார்.

போராட்டத்தின் முடிவில் கொள்ளையர்கள் அவரை ஓடும் ரயிலிலிருந்து கீழே தள்ளி விட்டனர். எதிரே வந்த மற்றொரு ரயில் அவரது காலின் மீது ஏறியது. ஒரு கால் முற்றிலும் சிதைந்து, மற்றொரு கால் உடைந்து, முதுகு தண்டில் பலத்த அடியுடன் இரவு முழுவதும் யாரும் கவனிக்காமல் கிடந்தவரை காலையில் அவ்வழி வந்தவர்கள் மருத்துவமனையில் சேர்த்தனர். உடனே அறுவை சிகிச்சை செய்ய வேண்டும்.

ஆனால், மயக்க மருந்து இல்லை என்று மருத்துவர்கள் பேசிக்கொண்டிருந்ததைக் கேட்ட அருணிமா மருத்துவர்களிடம் இரவு முழுவதும் வலியுடன் தான் கவனிப்பாரற்று கிடந்தேன், எனக்கு இன்னொரு

கால் வேண்டும் மயக்க மருந்து இல்லாமலே அறுவை சிகிச்சை செய்யுங்கள் என்றார். வேறு வழியில்லாமல் மருத்துவர்களும் அறுவை சிகிச்சை செய்தனர். சிதைந்த காலில் செயற்கை கால் பொருத்தப்பட்டது. உடைந்த காலில் உலோகத்தகடு பொருத்தப்பட்டது.

முதுகுத்தண்டில் அறுவை சிகிச்சை செய்யப்பட்ட மூன்று மாதத்திற்குள் மலையேறும் பயிற்சியில் ஈடுபடுகிறார். இரு வருடங்களில் எவரெஸ்ட் சிகரத்தில் இந்தியக் கொடியை நட்டு சாதனை படைக்கிறார். 2015-ல் ஜனாதிபதி விருது பெற்றார். எப்படி சாதிச்சீங்க என கேட்டபோது சின்ன வயசுலேயே அப்பாவை இழந்து, அம்மா கஷ்டப்பட்டு வளர்த்தாங்க. நிறைய போராட்டங்களைப் பார்த்திருக்கேன். பிரச்சினைகளைப் பார்த்து ஓடாமல் எவ்வளவு மோசமான சூழ்நிலைகள் இருந்தாலும் பிரச்சினைகளைத் தோற்கடித்து என்னால ஜெயிக்கமுடியும் என எனக்குள் சொல்லிக்கொள்வேன். அந்த தன்னம்பிக்கை தான் என் வெற்றிக்கு காரணம் என்றார்.

அன்பு மாணவிகளே உங்களுக்கு எவ்வளவு பிரச்சினை வந்தாலும் அருணிமா சின்ஹாவை நினச்சுக்கிட்டிங்கனா பிரச்சினைகளைத் தோற்கடிக்கும் மன வலிமை உங்களுக்கு வந்துடும், என்று அவர் பேசி முடிக்கவும் பெல் அடிக்கவும் சரியாக இருந்தது. ஆசிரியர் ஓய்வறையை நோக்கி நடந்தவரைப் பின்னிருந்து யாரோ அழைப்பது கேட்டுத் திரும்பினார். பார்வதிதான் அது.

மிஸ் நீங்க இன்னைக்கு அருணிமா சின்ஹா பத்தி பேசலைனா நான் நாளைக்கு உயிரோட இருந்திருப்பேனான்னு தெரியல. ஆனா இனிமே எப்பேர்பட்ட பிரச்சினை வந்தாலும் போராடி ஜெயிப்பேன் மிஸ் என்று கண்கள் பளபளக்க கூறினாள்.

உண்மையான தேசப்பற்று எது? 7

நாடு எனக்கு என்ன செய்தது என்று கேட்பதை விட நாட்டிற்கு நான் என்ன செய்தேன் என்று கேள்.

- ஜான் கென்னடி.

விடுதலை நாளைச் சிறப்பாகக் கொண்டாடி முடித்த மகிழ்ச்சியில் அப்பள்ளியின் நாட்டுநலப் பணிக் குழுவின் பொறுப்பாளரும் கணித ஆசிரியருமான உமாநாத் மாணவர்களுடன் கலந்துரையாடிக் கொண்டிருந்தார்.

தம்பிகளா உங்களுடைய அணிவகுப்பு ரொம்ப சிறப்பா இருந்தது. வெரிகுட். எல்லா நிகழ்ச்சிகளும் நல்லா இருந்தது இல்லையா?

ஆமா சார், சிறப்பு விருந்தினர் ரொம்ப அருமையா பேசினார். இன்றைய ஐஏஎஸ் அன்றைக்கு ஐசிஸ் என்று சொல்லப்பட்டதும். இந்தியர்கள் யாரும் அதில் தேர்ச்சி அடையாத நிலையில் அக்குறை போக்கும் விதமாக சுபாஷ் சந்திர போஸ் முயன்று படித்து இந்திய அளவில் நான்காவது இடத்தைப் பெற்றார் என்பதும் எங்களுக்குப் புதிய தகவல்.

உயரிய அரசு வேலை கிடைத்தும் வெள்ளையர்களுக்கு அடிமையாக இருந்து பார்க்க வேண்டிய அந்த வேலை எனக்குத் தேவையில்லையென தூக்கி எறிந்துவிட்டு அவர் இந்திய தேசிய ராணுவப்படையை உருவாக்கி சுதந்திர போராட்டத்திற்கு அடித்தளமிட்டார்னு கேட்டபோது மெய்சிலிர்த்தது சார். பகத்சிங், திருப்பூர் குமரன் போன்ற தியாகிகளைப் பற்றி அவர் உணர்வுப்பூர்வமாகச் சொல்லிய விதம் ரொம்ப நல்லா இருந்தது.

பொறுப்புடன் நடந்து கொள்வதா?

எனக்கு கூட பெரிசானதும் ராணுவத்துல சேர்ந்து நாட்டுக்குச் சேவை செய்யணும்னு ஆசை வந்திடுச்சு சார் என்றான் ராஜா.

ராஜா சொல்றபடி ராணுவத்துல சேர்ந்தாதான் தேசப்பற்று இருக்குனு அர்த்தமா சார் என்று கேட்டான் அஸ்லாம்.

எல்லாரும் போய் ராணுவத்தில் சேரனும் என்ற அவசியமும் கிடையாது அஸ்லாம். மாணவர்களாகிய நீங்க ஒவ்வொரு சின்ன விஷயத்திலும் பொறுப்பா நடந்துக்கிட்டாலும் அது தேசப்பற்றுதான்.

புரியலையே சார்?

இப்ப ஒரு வகுப்பறையில் ஆளே இல்லாம ஃபேன் ஓடிக்கிட்டிருப்பதை பார்த்து நீ அதை ஆஃப் பண்ணாலோ, குழாயில் தண்ணீர் ஒழுகிட்டிருக்கும் போது குழாயைச் சரியாக மூடினாலோ அதுவும் தேசப்பற்றுதான்.

இது பொறுப்பான செயல், ஆனா இதுக்கும் தேசப்பற்றுக்கும் என்ன சார் சம்பந்தம்?

நம் நாட்டோட இயற்கை வளங்களான நிலக்கரி, நீர், அணுசக்தி ஆகியவற்றைப் பயன்படுத்திக் கோடிக்கணக்கான ரூபாய் செலவில் மின்சாரம் தயாரிக்கிறாங்க. அப்படி தயாரிக்கும் போது சுற்றுச்சூழல் மாசுபடுது. அப்படியிருக்கும் போது நீங்க வீணாக்காம சேமிக்கும் ஒவ்வொரு யூனிட் மின்சாரமும் உற்பத்தியாகும் மின்சாரத்துக்குச் சமம் இல்லையா?

அப்படினா நாங்க மின்சாரத்தை வீணாக்காம சேமிக்கும் போது அதை உற்பத்திச் செய்ய செலவாகும் இயற்கை வளம், பணம், மனித உழைப்பு எல்லாமே மிச்சம். அதே மாதிரி ஒழுகும் குழாயை மூடினாலும் இயற்கை வளத்தை வீணாகாம தடுத்து நாம நாட்டுக்கு நல்லது பண்றோம்னா அது தேசப்பற்று என்பது சரிதான் சார்.

சரி இதே மாதிரி வேற என்னென்னல்லாம் மாணவர்களாகிய உங்களால் செய்ய முடியும் சொல்லுங்க பார்க்கலாம்...

சார், ஒவ்வொருத்தரும் தனித்தனியா பெட்ரோல், டீசல் வாகனங்களை பயன்படுத்தாம மிதிவண்டியோ, பொது போக்குவரத்தையோ பயன்படுத்தலாம்.

வகுப்பறையை, பள்ளியை, நம் தெருவை குப்பை இல்லாமல் சுத்தமா வச்சுக்கலாம், நெகிழிப் பைகளைப் பயன்படுத்தாமல் இருக்கலாம்.

இப்பல்லாம் பள்ளிக்கூடத்திலேயே சில பசங்க போதைப் பொருட்களைப் பயன்படுத்துறாங்க சார். அதை பயன்படுத்தாம தவிர்க்கிறதும் யாராவது பயன்படுத்தினா அதைப்பத்தி ஆசிரியர்களுக்குத் தெரிவிப்பதும் கூட முக்கியம்தானே சார்.

நிச்சயமா, இளைஞர்கள் நல்ல உடல், மன நலத்தோடு இருந்தால்தான் நாட்டுக்காக உழைக்க முடியும் தம்பிகளா.

வெளிநாடு போகலாமா?

சார், படிச்சு முடிச்சுட்டு நிறைய பேர் வெளிநாட்டுக்கு வேலைக்கு போயிடுறாங்க. நம் இளைஞர்களின் அறிவும், திறமையும் நம் நாட்டோட முன்னேற்றத்திற்குப் பயன்பட்டாதான் நாடு முன்னேறும் இல்லையா சார்.

அதெப்படி சார்? இங்கதான் நாம படிச்சதுக்கேத்த நல்ல வேலை

கிடைக்கறதில்ல. வெளிநாட்டுல அதிக சம்பளத்துல வேலை பார்த்து இங்க நம்ம குடும்பத்துக்கு அனுப்பினாலும் நம்ம நாட்டுக்கு நல்லதுதானே சார்?

பணம் வேணா கிடைக்கலாம், ஆனா நம் நாட்டோட வசதி வாய்ப்புகளைப் பயன்படுத்தி படிச்சிட்டு அந்த அறிவையும் திறமையையும் பணத்துக்காக வெளிநாட்டுக்கு விக்கிறது தவறு இல்லையா?

நம் தமிழக விஞ்ஞானிகள் அப்துல் கலாம், நம்பி நாராயணன், மயில்சாமி அண்ணாதுரை, சிவம், டில்லிபாபு, சிஎஸ்ஆர்ஐ தலைவராக புதிதாக நியமிக்கப்பட்டுள்ள விஞ்ஞானி கலைச்செல்வி இவங்களுக்கெல்லாம் வெளிநாட்டுல வேலை கிடைக்காமலா இருந்திருக்கும்? என் அறிவை என் நாட்டுக்காக மட்டுமே பயன்படுத்துவேன்னு இவங்கல்லாம் நினைச்சதாலதானே இன்னைக்கு உலகமே பார்த்து வியக்கும்படி இந்தியா விண்வெளித்துறைல சாதிச்சிட்டிருக்கு?

உண்மைதான் சார், ஒத்துக்குறேன்.

அதே போல் இளைஞர்கள் அரசியலுக்கு வந்து நேர்மையான, ஊழலற்ற அரசைத் தர வேண்டியது அவர்களோட கடமை, அதுதான் உண்மையான தேசப்பற்றை வெளிப்படுத்தும் விதம்.

சார், உண்மையான நாட்டுப்பற்றுனா என்னன்னு புரிஞ்சுக்கிட்டோம். இதையெல்லாம் நாங்க வெறும் வாய் வார்த்தைகளோட நிறுத்தாம நிச்சயம் செயல்படுத்திக் காட்டுவோம் சார் என்ற தன் மாணவர்களைப் பெருமையுடன் பார்த்தார் ஆசிரியர் உமாநாத்.

மகிழ்ச்சியின் ரகசியம்!   8

நன்றியுணர்வை வார்த்தைகளில் மட்டுமல்ல நம் உணர்விலும் செயலிலும் வெளிப்படுத்த வேண்டும்.

- ஜான் கென்னடி

வேலன் அரசுப் பள்ளியில் பிளஸ் 1 படிக்கும் மாணவன். எப்போதும் எல்லாவற்றிலும் குறை காணும் இயல்பு கொண்டவன். அன்றும் அவன் அம்மா தந்த உப்புமாவை பார்த்ததும் ஏம்மா உப்புமா, பழைய சோறு இதைத் தவிர வேற ஏதும் தர மாட்டியா? சரி அதை விடு எனக்கு நாளைக்கு பிறந்தநாள் ஞாபகம் இருக்கா? ஜீன்ஸ் பேண்ட், டீ ஷர்ட் வாங்கி குடுன்னு சொன்னேன், என் பிரெண்ட்ஸ்க்கு ட்ரீட் குடுக்கணும் 200 ரூபா கேட்டேன் என்னாச்சு?

ஏண்டா வீட்டு நிலைமை புரியாம இப்படி பேசுற! பொறந்த நாளுக்கு புது துணி வாங்கிபோட்டு, பிரெண்டஸ்க்கு ட்ரீட் குடுக்குற நிலைமையில இப்ப நாம இல்லைடா புரிஞ்சுக்கோ, என அம்மா சொன்னாள்.

புள்ளையோட சின்ன சின்ன ஆசையைக் கூட உன்னால நிறைவேத்த முடியலைன்னா எதுக்கு என்ன பெத்த என்று கோபமாக எழுந்து, கதவை டமாலென அறைந்து சாத்திவிட்டு வேலன் சென்று விட்டான்.

மதிய உணவு இடைவேளையின் போது சத்துணவு சாப்பாட்டை வாங்கிக் கொண்டு வந்து வேலனும் அவன் நண்பன் பாண்டியும் ஓரிடத்தில் அமர்ந்தனர். பாண்டி இந்த ஆண்டு புதிதாகச் சேர்ந்தவன். எப்போதும் மகிழ்ச்சியாக இருப்பதோடு எல்லோருடனும் நட்புடன் பழகுபவன்.

ஏண்டா வேலா இன்னைக்கு ரொம்ப டல்லா இருக்க?

நடந்ததைச் சொன்னான் வேலன். பாண்டி எதுவும் சொல்லாமல் மவுனமாயிருப்பதைக் கண்டு, என்னடா என் கதையைக் கேட்டு நீயும் சோகமாயிட்டியா என்றான்.

இல்லடா, என் அம்மா-அப்பா ஞாபகம் வந்தது அதான்.

என்ன ஞாபகம் வந்ததா? ஏன் அவங்க இப்ப உன் கூட இல்லையா?

அவங்க உயிரோடவே இல்லடா.

கிடைத்தவற்றுக்கு நன்றி சொல்!

டேய் என்னடா சொல்ற என்று அதிர்ச்சியுடன் பாண்டியிடம் கேட்டான் வேலன்.

ஆமாண்டா, நானும் உன்னை மாதிரிதான் இருந்தேன். அது வேணும், இது வேணும்னு எல்லாத்துக்கும் சண்டை போடுவேன். என் அம்மா, அப்பா ரெண்டு பேரும் கட்டிட வேலை பார்க்குறவங்க அவங்க சக்திக்கும் மீறி என்ன ஒரு மெட்ரிக்குலேசன் ஸ்கூல்ல படிக்க வச்சாங்க. ஸ்கூல்ல டூர் கூட்டிட்டுப் போறாங்கன்னு ஐநூறு ரூபாய் பணம் கேட்டு அடம் புடிச்சேன். வீட்ல ரொம்ப கஷ்டம் முடியாதுப்பான்னு எவ்வளவு சொல்லியும் கேக்காம சண்டை போட்டுட்டு ஸ்கூலுக்கு வந்துட்டேன். மதியம் அப்பா கூட வேலை பார்க்கிறவங்க வந்து என்னைக் கூட்டிட்டுப் போனாங்க. புதுசா கட்டிக்கிட்டிருந்த கட்டிடம் இடிஞ்சி விழுந்து இறந்துபோன எட்டு பேர்ல எங்க அம்மா-அப்பாவும் இருந்தாங்க. அப்பாவோட சட்டை பையில இருந்து ஆயிரம் ரூபாய் நோட்டை எடுத்து என்கிட்ட கொடுத்தவர், ஏதோ அவசரத் தேவையின்னு முதலாளிகிட்ட அப்பா அந்த பணத்தைக் கடன் வாங்கினதா சொன்னார். தன் பையிலிருந்து ஒரு ஆயிரம் ரூபாய் நோட்டை எடுத்து காட்டிய பாண்டி இன்னைக்கு இதுக்கு பணமதிப்பில்லாம இருக்கலாம். ஆனா என் அம்மா, அப்பாவோட மதிப்பை இது எப்பவும் எனக்கு உணர்த்திகிட்டே இருக்கு என்று அதை கண்களில் ஒற்றிக்கொண்டான். உயிரோட இருந்தப்ப அவங்க மதிப்பை உணரல. இப்ப அவங்க எனக்காக செஞ்ச அத்தனைக்கும் நன்றி சொல்லி கட்டிப் பிடிச்சு அழணும்னு தோணுது. ஆனா அவங்க என் கூட இல்லை என்று குலுங்கி அழுதான் பாண்டி.

தன் நண்பனுக்குள் இத்தனை சோகம் இருந்தது இவ்வளவு நாள் தெரியாமல் இருந்தோமே என்ற குற்ற உணர்ச்சி மேலிட, டேய் பாண்டி சாரிடா, இதெல்லாம் மனசுல வச்சுட்டு எப்படிடா உன்னால எப்பவும்

சந்தோஷமா இருக்க முடியுது என்று வேலன் கேட்டான்.

அப்ப நான் ஐந்தாவது படிச்சிட்டு இருந்தேண்டா. யாருடைய துணையும் இல்லாம நிராதரவா இருந்தேன். ஆதரவற்றோர் இல்லத்துல ஆல்பர்ட்னு ஒரு சமூக சேவகர் சேர்த்துவிட்டு எனக்கு நிறைய நல்ல விஷயங்களைச் சொல்லி குடுத்தாரு. நல்லா படி, நல்ல வேலைக்குப் போயிட்டா உன் கஷ்டமெல்லாம் மாறிடும். உன் கிட்ட இல்லாததுக்காக வருத்தப்படுறதுக்கு பதில் உன் கிட்ட இருக்குற எல்லாத்துக்கும் நன்றி சொல்லுன்னு சொன்னாரு. I AM SORRY, FORGIVE ME, I LOVE YOU, THANK YOU இந்த மந்திர வார்த்தைகள் நம்மை எப்பவும் மகிழ்ச்சியா வைச்சுக்க உதவும்னு சொன்னாரு. அதே மாதிரி இப்ப நான் அம்மா, அப்பா இல்லன்னு வருத்தப்படுறதில்ல. எனக்கு நல்ல அம்மா, அப்பா கொஞ்ச நாளாவது கிடைச்சாங்களேன்னு நன்றி சொல்றேன். அதனால சந்தோஷமா இருக்கேன். நீயும் முயற்சி பண்ணிப் பாரு என்றான் பாண்டி.

அன்று மாலை பள்ளி விட்டு வீடு திரும்பிய வேலன் தன் அம்மாவைப் பார்த்துக் கொண்டே இருந்தான். டேய் வேலா என்னடா, என்னாச்சு என கேட்டார் அம்மா.

சாரிம்மா, காலைல நான் அப்படி பேசினதுக்கு மன்னிச்சுக்கோம்மா. எனக்காக நீ எவ்ளோ கஷ்டப்படுறேன்னு இப்பதான் புரியுது. I LOVE YOU அம்மா என்று அவள் கன்னத்தில் முத்தம் கொடுத்தான். என்ன நடக்கிறது என்று எதுவும் புரியாத அம்மா அவனைக் கட்டியணைத்து என் சாமி, ஏன்டா இப்படியெல்லாம் பேசுற என்றபடி அவன் நெற்றியில் முத்தமிட்டார்.

முகமது அலியா இல்லை டைசனா, நீ யாராக வேண்டும்?

9

தன் உணர்வுகளைக் கையாளத் தெரிந்தவன் எந்த சூழ்நிலையிலும் மகிழ்ச்சியாகவே இருப்பான்.

- விக்டர் ஃப்ராங்கிள்

தலைமையாசிரியர் அறையில் தலை குனிந்து நின்று கொண்டிருந்தான் பார்த்திபன். பக்கத்தில் இருந்த அவனது தந்தையிடம் தலைமையாசிரியர் கோபமாக பேசிக் கொண்டிருந்தார். சார் இதோட ரெண்டாவது தடவை உங்க பையன் மத்த பசங்களோட சண்டை போட்டு ரத்த காயம் ஏற்படுத்தியிருக்கான். இன்னொரு தடவை இப்படி நடந்துச்சுன்னா சஸ்பெண்ட் பண்ண வேண்டியிருக்கும் என்றார்.

சாரி சார் இனிமே இப்படி நடந்துக்காம நான் பார்த்துக்கிறேன் என்று சொல்லிவிட்டு வெளியே வந்தார் பார்த்திபனின் தந்தை. திட்டுவார், அடிப்பார் என்று எதிர்பார்த்த பார்த்திபனுக்கு அவர் எதுவுமே பேசாமல் அமைதியாக நடந்தது வியப்பைத் தந்ததோடு குற்ற உணர்ச்சியையும் தூண்டியது.

அப்பா சாரிப்பா, நான் சும்மாதான் இருந்தேன். ராகேஷ்தான் என்னை அரிசி மூட்டைனு பட்ட பேர் வச்சு கூப்பிட்டான். அப்ப கூட நான் டேய் வேணாம், சும்மா இருன்னு சொன்னேன். அதுக்கு என்ன மிரட்டுற, நீ பெரிய பயில்வானான்னு கெட்ட வார்த்தைப் பேசி சண்டைக்குக் கூப்பிட்டான்.

அதனாலதான் கோபம் வந்து ஒரே ஒரு குத்து விட்டேன்.

அவனோட ரெண்டு பல்லு விழுந்துடுச்சு. நான் செய்தது தப்புன்னு இப்போ புரியுது, சாரிப்பா என்றான். இதற்குள் வீடு வந்துவிடவே எதுவும் பேசாமல் டிவியைப் போட்டு மைக் டைசன் லாரி ஹோம்சை ஜெயிக்கும் குத்துச்சண்டை காணொளியை வைத்தார்.

அவர் யார் தெரியுமா?

குத்துச்சண்டையில் மிகுந்த ஆர்வம் கொண்ட பார்த்திபன் இந்தக் காணொளியை ஏற்கெனவே பலமுறை பார்த்திருக்கிறான். இருந்தாலும் இப்போது அதை ஏன் அப்பா காட்டுகிறார் என்று புரியாமல் அவரை பார்த்தான். காணொளி முடிந்ததும் அப்பா அவனிடம் இவரைப் பத்தி உனக்கு என்ன தெரியும் என்றார். மைக் டைசன் 20 வயசுலயே பாக்ஸிங்ல உலக சாம்பியனானவர். 58 போட்டிகளில் 50 போட்டியில் நாக் அவுட் முறையில் ஜெயிச்சவர்.

சரியா, சொன்ன பார்த்திபன், சரி இந்தப் போட்டி தொடங்கும் முன்னாடி மைக் டைசன் கிட்ட வந்து ஒருத்தர் பேசுறாரே அவர் யார் தெரியுமா?

அவர் தான் பாக்ஸிங் உலகத்துல நம்பர் ஒன் வீரர் முகமது அலி. மைக் டைசன் அவர் மேல ரொம்ப மரியாதை வெச்சிருந்தார். என்னை தோற்கடிச்ச லாரி ஹோம்சை எனக்காக நீ ஜெயிக்கணும்னு மைக் டைசனிடம் முகமது அலி போட்டி தொடங்கும் போது சொல்வார். அதே மாதிரி மைக் டைசனும் லாரி ஹோம்சை அடிச்சு ஜெயிச்சுடுவார். அவ்வளவுதான் தெரியுமப்பா.

வெரி குட் அவங்க ரெண்டு பேரைப் பத்தி இன்னும் உனக்குத் தெரியாத சில விஷயங்களையும் சொல்றேன். முகமது அலி, மைக் டைசன் ரெண்டு பேருமே அவங்களோட சின்ன வயசுல உன்ன மாதிரி தான் எதுக்கெடுத்தாலும் கோபப்பட்டு அடிதடின்னு சண்டைல இறங்கிடுவாங்க.

கொஞ்ச நாட்களுக்கு பிறகு தங்களிடம் இருந்த அபரிமிதமான உடல் பலத்தை உணர்ந்து முறையான குத்துச்சண்டை பயிற்சி பெற்று உலக சாம்பியன் ஆனாங்க. முகமது அலியோட சின்ன வயசுல அமெரிக்காவுல கறுப்பர்களுக்கு எதிரான நிறவெறி ரொம்ப உச்சகட்டத்துல இருந்தது.

அதற்கு எதிரான போராட்டத்தில இறுதிவரை முக்கிய பங்காற்றியவர் முகமது அலி. புகழின் உச்சியில் இருந்தபோதும் எளிய மக்கள் மீது அக்கறையோடு இருந்தார். ஆர்வமிருந்தும் குத்துச்சண்டை பயில வசதி வாய்ப்பில்லாதவர்களுக்காக நிதி திரட்ட உலகமெங்கும் பயணம் செய்து கண்காட்சி போட்டிகளை நடத்தினார். பிறருக்காக வாழாத வாழ்க்கை வீண் என்பது அவரது கொள்கை.

வருத்தப்பட்டு என்ன பயன்?

ஆனால், மைக் டைசனோ பிக்பாக்கெட் அடிப்பது போன்ற குற்றங்களுக்காக 13 வயதிற்குள் 38 முறை சிறைக்கு சென்றவர். ஒருமுறை அவர் சீர்திருத்த பள்ளியில் இருந்தபோது ஒரு நிகழ்ச்சிக்காக அங்கு வந்த முகமது அலி பேசிய பேச்சைக் கேட்டு உத்வேகம் பெற்று அவரைப் போல் குத்துச்சண்டை வீரராக வேண்டும் என்று ஆசைப்பட்டார். நல்லதொரு குருவின் உதவியால் பயிற்சி பெற்று உலக சாம்பியன் ஆனார்.

நீ சொன்னது போல் பங்கேற்ற 58 போட்டிகளில் 50 போட்டிகளில் நாக் அவுட் முறையில் வென்ற ஒரே குத்துச்சண்டை வீரர். ஆனால் அதற்கு பிறகும் தன்னை திருத்திக் கொள்ளாமல் ஒழுங்கீன வாழ்க்கையை மேற்கொண்டதால் பலமுறை சிறைக்கு செல்ல வேண்டியதாயிற்று.

இவாண்டர் ஹோலி பீல்டு என்பவருடன் நடந்த குத்துச்சண்டையில் தன் உணர்வுகளைக் கட்டுப்படுத்த முடியாமல் எதிராளியின் காதைக் கடித்து அதுவரை தான் சம்பாதித்த புகழுக்கு மாறா களங்கத்தை ஏற்படுத்திக் கொண்டார். 300 மில்லியன் அமெரிக்க டாலர் சம்பாதித்தவர் மூன்றே ஆண்டுகளில் 23 மில்லியன் டாலர் அளவு கடனாளியாக மாறினார்.

இதெல்லாம் நடந்த பிறகு தன் நடத்தைக்காக வருத்தப்பட்டு ஒரு மனிதன் எப்படி வாழக்கூடாது என்பதற்கு நானே ஒரு சிறந்த உதாரணம் என்று ஒரு தொலைக்காட்சிக்குப் பேட்டியளித்தார். இப்போது வருத்தப்பட்டு என்ன பயன்? உணர்வுகளைச் சரியாக கையாளத் தெரியாதவன், எவ்வளவு பெரிய திறமைசாலியாக, உழைப்பாளியாக இருந்தாலும் அவன் சம்பாதிக்கும் பணத்தாலோ, புகழாலோ அவனுக்கோ, மற்றவர்களுக்கோ எந்த பயனும் இல்லை என்று சொல்லி முடித்தார் பார்த்திபனின் அப்பா.

அடுத்த வினாடியே பார்த்திபன், அப்பா நானும் குத்துச்சண்டை கத்துக்கணும் நிச்சயமா மைக் டைசன் மாதிரி ஆக மாட்டேன். முகமது அலி மாதிரி தான் இருப்பேன் என்றான் உறுதியான குரலில். சரி, நாளைக்கே சேர்த்து விடுறேன் என்றார் அப்பா புன்னகையுடன்.

10
இடது கையால எழுதினா நல்லதா, கெட்டதா?

கற்றுக்கொள்ள வேண்டுமெனில் கேள்வி கேட்கத் தயங்காதே.
- ஆல்பர்ட் ஐன்ஸ்டைன்

ஆசிரியர் ராணி வகுப்பறையினுள் நுழைந்ததும் வகுப்புத் தலைவி, மிஸ் அர்ச்சனா அழுகுறா என்றாள். என்னாச்சு என்றபடி அர்ச்சனாவைப் பார்த்தார் ஆசிரியர்.

மிஸ், ராதா எப்பப் பார்த்தாலும் என்னை லொட்ட கைனு பட்டப்பேர் வச்சு கூப்பிடுறா. அப்படி கூப்புடாதேன்னு சொன்னாலும் திரும்பத் திரும்ப அப்படிதான் கூப்பிடுறா.

இவளைப் பார்த்து மத்தவங்களும் அதே மாதிரி கூப்புடுறாங்க, எனக்கு அசிங்கமா இருக்கு மிஸ் என்றாள் அர்ச்சனா.

ராதா எழுந்து மிஸ் இடது கையில எழுதுனா படிப்பு வராதுன்னு எங்கம்மா சொல்லுவாங்க மிஸ். அதனால இப்படி கூப்பிட்டா அர்ச்சனா தன்னை மாத்திக்குவான்னுதான் அப்படி கூப்பிட்டேன், சாரி மிஸ் என்றாள்.

ராதா, மத்தவங்களைப் பட்டப்பேர் வெச்சு கூப்பிடுவது ரொம்ப தப்பு. அதோட இடது கைல எழுதுனா படிப்பு வராது, தரித்திரம் என்பதெல்லாம் மூடநம்பிக்கை. இரண்டு அரைக்கோளங்களாக இருக்கும் மனித மூளையின் இடது பக்கம் ஆதிக்கம் செலுத்தினால் வலது கை பழக்கம் உடையவராகவும், வலது பக்க மூளை ஆதிக்கம் செலுத்தினால் இடது கை பழக்கமுடையவராகவும் இருப்பார்கள்.

பிறவியிலேயே இருப்பதை நாமாக வலுக்கட்டாயமாக மாற்ற முயன்றால் திக்குவாய் போன்ற பின்விளைவுகளும் ஏற்படலாம். படிக்கும் பிள்ளைகள் நீங்கள் இப்படி மூடநம்பிக்கை கொள்ளாமல் அறிவியல் மனப்பான்மையோடு இருக்க வேண்டும்.

ஏன், எதற்கு என்று கேள்!

சரிங்க மிஸ் இனி அப்படி கூப்பிட மாட்டேன், அறிவியல் மனப்பான்மைனா என்ன மிஸ்?

யார் எதை சொன்னாலும் அப்படியே நம்பிவிடாமல் ஏன், எதற்கு, எப்படி, எதனால் என்று கேள்வி கேட்க வேண்டும். உண்மை என்னவென்று ஆராய்ந்து பார்க்க வேண்டும். சோதித்து பார்த்து உண்மையைக் கண்டறிந்து அதை மற்றவர்களுக்கும் தெரிவிக்க வேண்டும்.

அது தான் அறிவியல் மனப்பான்மை. இந்திய அரசியல் சாசனத்திலேயே அறிவியல் மனப்பான்மை, மனிதம், கேள்வி கேட்டல், சீர்திருத்த உணர்வை வளர்த்தல் ஆகியவை குடிமக்களின் கடமை என்று எழுதி இருக்கிறார்கள். சரி, வேறென்னென்ன மூட நம்பிக்கைகள் நம் மக்களிடம் இருக்குன்னு சொல்லுங்க பார்க்கலாம்.

கண்ணாடி உடைஞ்சா வீட்டுக்கு ஆகாது, நாய் ஊளையிட்டா யாரோ சாகப் போறாங்க, கருப்பு நிற உடை துக்கத்துக்கு மட்டும்தான் போடணும், நல்ல காரியம் நடக்கும் போது தும்மக் கூடாதுன்னு நிறைய சொல்லுவாங்க. சரி தும்மல் ஏன் வருது மிஸ்?

தும்மல் என்பது சாதாரண உடலியல் செயல்தான். காற்று தவிர வேறெந்த அந்நிய பொருள் மூக்கில் நுழைந்தாலும் மூக்கு அதை அனுமதிக்காமல் வெளியேற்ற நடக்கும் அனிச்சை செயல்தான் தும்மல். அதனால் தும்மல் வந்தால் அபச குணம் என்பதோ, புரையேறினால் யாரோ நம்மை நினைக்கிறார்கள் என்பதோ மூடநம்பிக்கை.

மிஸ் வெளியே போகும் போது பூனை குறுக்கே போனா போற காரியம் விளங்காதுன்னு எங்க பாட்டி சொல்வாங்க. அதுவும் மூடநம்பிக்கைதானா மிஸ்?

ஆமாம், ஐந்தறிவுள்ள பூனைக்கு, நம் செயலைத் தீர்மானிக்கும் சக்தி இல்லை. இது மட்டுமில்ல, ராசியில்லாதவங்க எதிரே வந்தா போற காரியம் விளங்காதுன்னு சொல்றது மூடநம்பிக்கை மட்டுமில்ல மத்தவங்களை அவமதிக்கும் மனிதநேயமற்ற செயலும் கூட.

மிஸ் கொஞ்ச வருஷத்துக்கு முன்னாடி அண்ணனுங்க தங்கச்சிகளுக்குப் பச்சை நிறப் புடவை எடுத்து தந்தா நல்லதுன்னு ஒரு புரளியைக் கிளப்பி விட்டாங்க. 13ங்கிற நம்பரே துரதிருஷ்டவசமானது, 666ங்கிற எண் சாத்தானை குறிக்கும்னு சிலர் சொல்லக் கேட்டிருக்கேன் மிஸ்.

இந்த நிறப் புடவை தான் ராசி, இந்த குறிப்பிட்ட தேதி தான் ராசி, சில

எண்கள் ஆபத்தானது என்பதெல்லாம் தன்னை நம்பாமல் தன் செயல் தோல்வி அடைஞ்சிட்டா அடுத்த நபர் மீது அல்லது பூனை, புடவை, நாள் கிழமைனு எதன் மீதாவது பழியை போட்டு தப்பித்து கொள்ள நினைப்பவர்கள்தான் இந்த மாதிரியான மூடநம்பிக்கைகள் கொண்டிருப்பார்கள்.

படித்தவர்களிடமும் மூடநம்பிக்கையா?

மிஸ், படிக்காதவங்கதான் மூடநம்பிக்கை கொண்டவங்களா இருப்பாங்களா?

அப்படியெல்லாம் சொல்ல முடியாதும்மா; சில வருடங்களுக்கு முன்னாடி கல்லூரி பேராசிரியர்களா இருந்த கணவன் மனைவி தன் மகள்களை நரபலி கொடுத்தா குடும்பத்துக்கு நல்லதுன்னு யாரோ ஒரு மந்திரவாதி சொன்னதைக் கேட்டு சொந்த மகள்களையே நரபலி கொடுத்ததா பத்திரிக்கையில் படிச்சிருக்கோமே! நல்ல படிப்பு, பதவினு இருக்கவங்ககூட மூடநம்பிக்கையைத் தூக்கிப்பிடிக்கிறதைப் பார்க்கிறோம்.

அதை இந்த மதத்தைச் சேர்ந்தவங்க, இந்த சமூகத்தைச் சேர்ந்தவங்கதான் செய்யுறாங்கனு பழி சொல்றதும் தப்புதான். மூடநம்பிக்கை என்கிற வியாதி சாதி, மதம் கடந்து பலரிடம் காணப்படுது.

சரி மத்தவங்களைத் திருத்துறது இருக்கட்டும், நாம அறிவியல்பூர்வமான விளக்கம் இல்லாத எந்த காரியத்தையும் மத்தவங்க சொல்றதுக்காகச் செய்ய கூடாது சரியா.

சரிங்க மிஸ். ஏன், எதுக்குன்னு கேள்வி கேட்டு சரியானதை மட்டுமே ஏற்றுக் கொள்வோம் மிஸ்.

போதை தேவை இல்லை எனச் சொல்லும் மன உறுதி!

11

> போதைப்பழக்கத்தை விட்டுவிடுங்கள். குடிப்பழக்கம் மட்டும் இல்லாமல் இருந்திருந்தால் நான் இப்போது இருக்கும் இடத்தைவிட பல மடங்கு உயரத்திற்குச் சென்றிருப்பேன். குடிப்பழக்கத்தால் நான் நிறைய இழந்துள்ளேன்.
> – நடிகர் ரஜினிகாந்த்

சந்தைக்குப் போன உதயலட்சுமி யாரையோ திட்டிக் கொண்டே வீட்டுக்குள் நுழைந்தாள். என்னம்மா யாரைத் திட்டிக்கிட்டிருக்கே என கேட்டார் கணவர் ராஜேஷ். அந்த மூணாவது வீட்டு ராகவனைத் தான். இன்னைக்கும் குடிச்சுட்டு ரோட்ல விழுந்து கிடக்கிறான். அவங்கப்பா குடிச்சு குடல் வெந்து இறந்துபோனதைப் பார்த்தும் இவனுக்கு புத்தி வரல. அவங்கம்மாவ நெனச்சாதான் பாவமா இருக்கு. புள்ளையாவது நல்லா படிச்சு அவங்கள காப்பாத்துவான்னு பார்த்தா அவனும் குடிக்கு அடிமையாகிட்டான்.

அம்மா பேசுவதை கேட்டுக் கொண்டிருந்த மகன் சங்கர், அப்பா நீங்க மனநல ஆலோசகர் தானே, எனக்கொரு சந்தேகம் அடிமையாகுறதுன்னா என்ன? ஒரு தடவை குடிச்சாலே அடிமை ஆகிடுவாங்களா? அம்மா சொன்ன மாதிரி குடியால எவ்வளவு கஷ்டம்னு அனுபவபூர்வமா தெரிஞ்சும் ஏன் குடிக்குறாங்க.

சங்கர் நல்ல கேள்வி கேட்ட, இது உன்ன மாதிரி படிக்குற பசங்க எல்லோரும் தெரிஞ்சுக்க வேண்டிய விஷயம்தான். மது மட்டுமில்லை, புகையிலை, கஞ்சா போன்ற எந்தப் பொருளையுமே அதன் தீய விளைவுகள் பற்றி தெரிஞ்சும் திரும்ப திரும்ப பயன்படுத்த தூண்டும் நிலைதான் அடிமைத்தனம். தொடர்ந்து போதை பொருட்களை பயன்படுத்தும் யாருக்கு

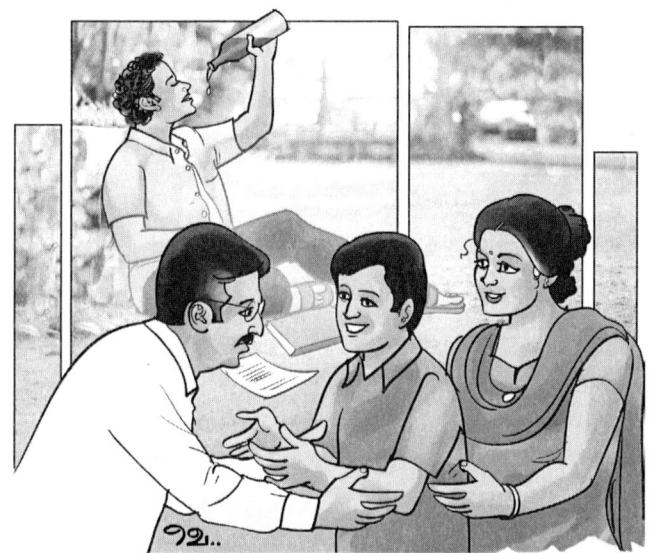

வேண்டுமானாலும் இந்நிலை ஏற்படலாம். ஒரு குடும்பத்தில் மூன்று தலைமுறை வரை யாருக்காவது இந்த அடிமைத்தனம் இருந்தால் அவர் வீட்டிலிருப்பவர் ஒரு முறை போதைப் பொருளைப் பயன்படுத்தினாலும் மீண்டு வர முடியாத அளவு அடிமைத்தனத்திற்குள் செல்ல மரபணுக்கள் காரணமாகிறது. அவர்கள் மருத்துவமனைக்குச் சென்று 25 நாட்கள் சிகிச்சை எடுத்துக் கொண்டால்தான் இதிலிருந்து மீள முடியும். அதனால் முதல் தடவை போதை பழக்கம் நமக்கு அறிமுகமாகும் போதே வேண்டாம், இது எனக்குத் தேவையில்லை என்று சொல்லக் கூடிய மன உறுதி நமக்கு அவசியம்.

மதிப்பையும் மதிப்பெண்ணையும் இழந்து...

அப்பா இதெல்லாம் பிரெண்ட்ஸ் மூலம் தானே அறிமுகம் ஆகுது. எங்கே வேண்டாம்னு சொன்னா அவங்க நம்ம விட்டுப் போய்டுவாங்களோன்னு பயந்துதான் பழகிடுறாங்க. எங்க கிளாஸ்ல சீனுன்னு ஒரு பையன் இருந்தான். நல்லா படிப்பான். அவன் பிரெண்ஸோட சேர்ந்து கஞ்சாவரை பழகிட்டான். இப்ப ஒழுங்கா ஸ்கூலுக்கு வர்றது கிடையாது. வந்தாலும் அழுக்கு டிரஸ் போட்டுக்கிட்டு, யாரோடையும் பேசாம தனியா, மந்தமா உட்கர்ந்திருப்பான். 80, 90 மார்க் வாங்கினவன் இப்ப 10, 20 எடுத்தாலே பெரிய விஷயம். டீச்சர்ஸ் எதாவது சொன்னாலும் முறைக்கிறான், கோவமா பேசுறான்.

நேத்து பக்கத்து கிளாஸ் பசங்க ஒயிட்னர், பெவிக்கால் எல்லாம் போதைக்காக பயன்படுத்துனதா அவங்க பேரண்ட்ஸை வரவழைச்சு பிரின்சிபால் கண்டிச்சதா பேசிக்கிட்டாங்க.

உனக்கே இதனோட தீய விளைவுகள் நல்லா தெரியுது. அப்ப படிப்பு, உடல்நலம், குடும்ப கௌரவம், எதிர்காலம் எல்லாத்தையும் இழக்குறதுக்கு பதிலா இதை அறிமுகப்படுத்துற பிரெண்ட்ஸை இழக்குறதால நஷ்டம் எதுவுமில்லைனு புரியுது இல்லையா. அந்த நண்பர்களையும் ஆசிரியர்களிடம் சொல்லித் திருத்தப் பார்க்கலாம், குறைந்தபட்சம் நாமோ மற்ற பிள்ளைகளோ அவங்களால கெட்டுப் போகாம பார்த்துக்கிறதும் ரொம்ப முக்கியம்.

அருகிலிருப்பவரையும் பாதிக்கும்!

இந்த போதை பொருட்களால ஆரோக்கியம் எப்படி கெட்டுப் போகும்ப்பா?

மது பானங்களால கல்லீரல், இதயம், கணையம் ஜீரண உறுப்புகள் பாதிக்கும். ரத்த அழுத்தம், சர்க்கரை நோய், மன இறுக்கம், மூளை பாதிப்பு போன்ற பிரச்சனைகள் வரும்.சிகரெட் புகைப்பவர்களுக்கு நுரையீரல் பாதிப்பு, சுவாசக் கோளாறு, புற்று நோய் வரும். புகைப்பவர்களைவிட பக்கத்தில் இருப்பவர்களை இரு மடங்கு அதிகம் பாதிக்கும்.

புகையிலை போன்ற போதை வஸ்துகளை வேறு வகைகளில் பயன்படுத்துபவர்களுக்கு வாய், உணவுக்குழாய் போன்றவற்றில் புற்று நோய் வரக்கூடும். கஞ்சா, அபின் போன்றவை உடல்நலக் கோளாறுகளோடு பலவித மனநோய்களையும் கொண்டு வரும். ஆக மொத்தத்தில் எந்த விதமான போதை பொருளாக இருந்தாலும் அவற்றால் கெடுதலைத் தவிர எந்த விதமான நன்மையும் கிடையாது.

ஆமா, வெளிநாட்டுல மைக்கேல் ஜாக்சன் நம்ம ஊருல நடிகர் சந்திரபாபு, நடிகை சாவித்திரினு நிறைய பேர் போதைக்கு அடிமையாகி பணம், புகழ், அந்தஸ்து எல்லாத்தையும் இழந்து இறந்தே போனாங்க என்று ஆதங்கத்துடன் கூறினார் அம்மா.

போதை பழக்கத்தின் ஆரம்ப நிலையில் இருப்பவங்க இதிலிருந்து எப்படி வெளியே வர்றதுப்பா?

வாழ்க்கைக்கான குறிக்கோளை நிர்ணயிச்சு அதை நோக்கி பயணிக்கனும். கவனச் சிதறல்களுக்கு இடம் கொடுக்கக் கூடாது. நல்ல நண்பர்களைத் தேர்ந்தெடுப்பது முக்கியம். உடற் பயிற்சி, விளையாட்டு, திறன்களை வளர்த்தெடுப்பது என நம் ஓய்வுநேரத்தைச் சரியாக திட்டமிட்டு செலவழிக்கனும். இப்ப நீ எங்ககிட்ட பேசுற மாதிரி எல்லா பிள்ளைகளும் அவங்க பெற்றோர்கிட்ட மனம் விட்டு பேசி நேரம் செலவிட்டாலே பாதி பிரச்சினை சரியாகிடும். தேவைப்பட்டா மனநல ஆலோசகர்களின் உதவி பெறலாம்.

எனக்குக் கிடைச்ச அம்மா, அப்பா மாதிரி எல்லோருக்கும் கிடைச்சா எவ்ளோ நல்லா இருக்கும் என்று அம்மா அப்பாவைக் கட்டிப்பிடித்து முத்தம் கொடுத்தான் சங்கர்.

எண்ணம் போல் வாழ்க்கை! 12

எண்ணங்கள் ஈடேற வேண்டுமெனில் நல்ல எண்னங்களை மட்டுமே விதைக்க கற்றுக்கொள்.

- புத்தர்

கதை மாமா என்றழைக்கப்படும் சிவாவைச் சுற்றிலும் குழந்தைகள் அமர்ந்திருந்தனர். இன்னைக்கு என்ன கதை சொல்லப் போறீங்க மாமா என்றான் திலீப். நண்பர்கள் புதையல் தேடிப் போன கதை சொல்லட்டா என்று கேட்டார் சிவா.

ஐ! புதையல் கதையா, சொல்லுங்க, சொல்லுங்க என்றாள் ஜனனி.

பிரிக்கலாமா வேணாமா?

ரஞ்சித், காசி, சுந்தர் மூன்று பேரும் நண்பர்கள். சின்ன வயசுல இருந்தே அவங்க ஊருக்கு பக்கத்துல இருக்கும் காட்டுக்குள்ளே புதையல் இருக்குன்னு கேள்விப்பட்டு அதை எடுக்கலாம்னு கிளம்பிப் போனாங்க. காட்டை அடைந்ததும் மூணு பேரும் ஒண்ணா போறதைவிட தனித்தனியா பிரிஞ்சு போகலாம்னு முடிவெடுத்தாங்க. புதையல் நம்ம மூணு பேர்ல யாருக்கு கிடைச்சாலும் நாலு பாகமா பிரிச்சி நாம ஆளுக்கு ஒரு பாகம், நம்ம ஊருக்கு நல்லது செய்ய ஒரு பாகம்னு பிரிச்சுக்கலாம் என்றான் சுந்தர்.

ஊஹூம், அதெல்லாம் முடியாது. யாருக்கு கிடைக்குதோ அவங்களுக்குத்தான் மொத்த புதையலும் என்றான் ரஞ்சித்.

சரி, சரி சண்டை போடாதீங்க. மொதல்ல புதையல் கிடைக்கட்டும், அப்புறம் அதை எப்படி பிரிக்குறதுன்னு பாக்கலாம் என்றான் காசி. என்னைத் தவிர யாருக்குப் புதையல் கிடைச்சாலும் அதை எப்படியாவது எனக்கு சொந்தமாக்கிடுவேன், என்ற கெட்ட எண்ணம் அவன் மனதிற்குள் இருந்தது மற்ற இருவருக்கும் தெரியாது. மூவரும் தனித்தனியே பிரிந்து சென்றனர்.

ஒன்றாக இருக்கும் போது இருந்த தைரியம் இப்போது தனியே செல்லும்போது ரஞ்சித்துக்கு இல்லை. ஐயோ இப்படி அத்துவான காட்டுக்குள்ள தனியா வந்துட்டோமே புலி, கிலி வந்துட்டா என்ன பண்றதுன்னு நினைச்சான் ரஞ்சித். அடுத்த வினாடி பின்னால் உறுமும் சத்தம், பசியோடிருந்த புலி அவனை அடித்துத் தின்றது.

அரண்டவனுக்கு...

மற்றொரு திசையில் சென்ற காசிக்கு பேய் பயம் உண்டு. பகலில் தனியாக தைரியமாக நடந்தவன் இருட்டியதும் ஐயோ! எதாவது பேய், பிசாசு வந்து அடிச்சிருச்சுன்னா என்ன பண்றதுன்னு யோசிக்கும் போதே அவனுடைய மேல் துண்டை பின்னாலிருந்து யாரோ இழுப்பது போல தோன்றியதால் திருப்பிப் பார்த்தான். மரக்கிளையில் மேல்துண்டு மாட்டியிருந்ததை அவன் கவனிக்கவில்லை. நிலவொளியில் பின்னாலிருந்த மரத்தின் நிழல் கரிய உருவம் போல் காட்சியளித்தது. காற்றில் காய்ந்த சருகுகளின் அசைவு யாரோ நடந்து வருவதைப் போல கேட்டது. அரண்டவனுக்கு இருண்டதல்லாம் பேய் என்பதை நிரூபிக்கும்படி, ஐயையோ! பேய் என்னை பிடிச்சு இழுக்குதுன்னு பயந்து ஓட ஆரம்பித்தான். கல் தடுக்கி கீழே விழுந்தவன் பயத்திலேயே மாரடைப்பு வந்து மடிந்தான்.

மூணாவது நண்பன் சுந்தர் புதையலைப் பற்றி மட்டுமே நினைச்சுக்கிட்டு போனான். எனக்கு கண்டிப்பா புதையல் கிடைக்கும். மத்த ரெண்டு பேரும் தடுத்தாலும் அதை நாலு பாகமா பிரிச்சு அவங்க ரெண்டு பேருக்கும் ஒரு பாகம் கொடுத்துட்டு, என்னுடைய பங்கை அம்மா அப்பாகிட்ட கொடுத்துட்டு நாலாவது பாகத்தில் ஊரில் பள்ளிக்கூடமும், மருத்துவமனையும் கட்டணும் என்று பலவாறு எண்ணியபடி நடந்தவனுக்கு எதிரே ஒரு பெரிய புதையல் பெட்டி தெரிந்தது. அதன் மீது "எண்ணம் போல் வாழ்க்கை" என்று எழுதப்பட்டிருந்தது. சந்தோஷமாக அதை எடுத்துக் கொண்டு ஊருக்குத் திரும்பி தானும் மகிழ்ச்சியுடன் வாழ்ந்தான். ஊருக்கு தேவையான நல்ல காரியங்களையும் செய்து ஊர் மக்களையும் மகிழ்ச்சியுடன் வாழ வைத்தான்.

என்ன பிள்ளைகளா கதை பிடிச்சுதா என்று சிவா கேட்டதும் அதுவரை சத்தமில்லாமல் கதை கேட்டுக் கொண்டிருந்தவர்கள் கைகளைத் தட்டி ரொம்ப நல்லாயிருந்துச்சு மாமா என்றனர்.

எதிர்மறை எண்ணமும் சுயநலமும்

பாவம் அந்த ரெண்டு நண்பர்களைக் கொன்னுட்டீங்களே மாமா என்றான் ஆகாஷ்.

டேய்! நானா கொன்னேன் அவங்களோட எதிர்மறை எண்ணங்கள்தான் அவங்களைக் கொன்னுச்சு, என்றார் சிவா.

ஆமா, அவங்க புலியைப் பத்தியும், பேயைப் பத்தியும் நினைச்சுக்கிட்டு இருந்ததால அதனாலயே இறந்துட்டாங்க, சுந்தர் மட்டும்தான் புதையலைப் பத்தியே நினைச்சுக்கிட்டு இருந்ததால எண்ணம் போல் வாழ்க்கைனு எழுதியிருந்த புதையல் பெட்டி அவனுக்குக் கிடைச்சுது என்றாள் குட்டிப் பெண் மோனிகா.

அதுமட்டுமில்ல மத்த ரெண்டு பேரும் புதையலைத் தான் மட்டும் அனுபவிக்கணும்னு நினைச்சாங்க. சுந்தர் மட்டும்தான் மத்தவங்களுக்குக் கொடுக்கணும், ஊருக்கு நல்லது பண்ணனும்னு நினைச்சான். அதனாலதான் அவனுக்கு புதையல் கிடைச்சுது இல்லையா மாமா என்றான் முகமது. பெரியவர்கள் கதைகளை மட்டும் சொல்லிவிட்டு குழந்தைகளுக்குப் பேச வாய்ப்பு கொடுத்தால் போதும், கதையில் உள்ள நல்ல கருத்து என நாம் நினைப்பதை விட அதிகமான விஷயங்களைக் குழந்தைகள் வெளிக் கொணர்வார்கள் என்று மனதில் நினைத்தபடி எல்லோரையும் பாராட்டி ஆளுக்கொரு கடலை மிட்டாய் கொடுத்தார் கதை மாமா சிவா.

சாதனையின் சாவி செயல்பாடு 13

அன்றாட வாழ்வின் சாதாரண விஷயங்களையும் அசாதாரண முறையில் செய்யும்போது உலகின் கவனத்தை நம் மீது திருப்ப முடியும்.

- பெர்னாட் ஷா

பாடங்களைத் தாண்டி அதிகமான கருத்துக்களை மாணவர்களோடு உரையாடுபவர் ஆசிரியர் இதயராஜா. கடிந்து கொள்ளாமல் மாணவர்கள் பேசுவதைக் காது கொடுத்துக் கேட்கும் அவரது அணுகுமுறை மாணவர்களைத் தயக்கமின்றி பேச வைக்கும். அன்றும் அப்படியே வகுப்பில் அவர் பேசிக் கொண்டிருந்த போது ஒரு மாணவி எழுந்து சார், எண்ணம்போல் வாழ்க்கைனு சொல்றாங்களே, எல்லோருமே வாழ்க்கையில பெரிய ஆளாகனும்னு தானே நினைப்பாங்க. ஆனா எல்லோரும் அப்படி ஆகுறதில்லயையே ஏன் என்றாள்.

ரொம்ப சரியான கேள்வி ஜேனட், எல்லோருடைய எண்ணமும் பலிக்கிறது இல்லை. யாருக்கு எண்ணமும், அதை நிறைவேற்றத் தேவையான தீவிர செயல்பாடும் இருக்கோ அவங்க மட்டும்தான் எண்ணியதை அடைய முடியும். உதாரணத்துக்கு ஒருவர் சென்னையிலிருந்து திருச்சிக்குப் போகணும்னு நினச்சு காரில் ஓட்டுநர் இருக்கையில் ஏறி உட்கார்ந்தா மட்டும் போதுமா? கார் ஓட்டத் தெரியணும். சோர்ந்து போகாமல் கவனத்தை வேறெங்கும் திசை திருப்பாமல் செல்ல வேண்டிய பாதையில் தொடர்ந்து சொல்லணும். திருச்சியில் எங்கு போய் சேர வேண்டும் என்ற முகவரி தெரிய வேண்டும். இதெல்லாம் சரியா இருந்தால் மட்டும்தான் அவரால் இலக்கை அடைய முடியும்.

உங்களை மாதிரி ஆகணும்!

அதுபோல பொத்தாம் பொதுவாக பெரிய ஆளாக வேண்டும் என்று நினைக்காமல் என்னவாக வேண்டும் என்ற குறிக்கோள் வேண்டும். அதை அடையத் தேவையான திறன்களை வளர்த்துக் கொள்ள வேண்டும். அந்தத் துறையில் சாதித்தவர்களை முன் மாதிரிகளாகக் கொண்டு அவர்களைப் பின்பற்ற வேண்டும். அவர்களை விட சிறந்த சாதனை புரிய என்ன செய்ய வேண்டும், அதற்கு என்னென்ன வாய்ப்புகள் உள்ளன என்று ஆராய்ந்து, தொடர்ந்து செயல்பட வேண்டும். வீணான பொழுது போக்குகளில் நேரத்தையும், கவனத்தையும் செலவழிக்காமல் தொடர்ந்து உழைத்தால் நிச்சயம் ஒரு நாள் லட்சியத்தை அடைய முடியும்.

சார், அந்த மாதிரி சாதிச்சவங்க இப்ப யாராவது இருக்காங்களா என்றான் ஈஸ்வர்.

ஓ! நிறைய பேர் இருக்காங்கப்பா. இரண்டு நண்பர்கள் தஞ்சாவூரில் கல்லூரி ஒன்றில் படித்து வந்தார்கள். இருவருமே ஏழைக் குடும்பத்தில் பிறந்தவர்கள். தினமும் கல்லூரிக்குப் போகும் வழியில் மாவட்ட காவல்துறை கண்காணிப்பாளர் மாளிகையின் முன் நின்று வெள்ளை நிற அம்பாசிடர் காரில் செல்பவரை வேடிக்கை பார்த்து விட்டு செல்வார்கள். ஒருநாள் அந்த கார் அவர்கள் அருகில் நின்றது. உள்ளிருந்து கம்பீரமான தோற்றத்தில் முறுக்கு மீசையுடன் இருந்த மாவட்ட காவல்துறை கண்காணிப்பாளர் வால்டர் தேவாரம் இறங்கினார். என்ன தம்பிகளா தினமும் உங்களை இங்கே பார்க்கிறேன் என்ன வேண்டும் என்றார். நண்பர்களில் ஒருவர், சார், உங்களை மாதிரி ஆகணும்னா என்ன செய்யணும் என்றார். அதுக்கு நீ

என்.சி.சி.யில் சேர், ரைபிள் கிளப்பில் சேர், கல்லூரி நேரம் போக மற்ற நேரம் மைதானத்தில் பயிற்சி செய், நல்லா படி என்று சொல்லிவிட்டு சென்றார். அவர் சொன்னது போலவே என்.சி.சி., துப்பாக்கி சுடும் பயிற்சி, கல்லூரி நேரம் போக மற்ற நேரம் மைதானத்தில் பயிற்சி என உற்சாகத்துடன் உழைத்தார். கல்லூரி படிப்பிற்கு பிறகு சர்வீஸ் கமிஷன் தேர்வு எழுதி வெற்றி பெற்று உழைப்பால் உயர்ந்தார். எந்த மாளிகையின் வெளியே நின்று ஏக்கத்துடன் பார்த்தாரோ அதே மாளிகையில் காவல்துறை கண்காணிப்பாளராக உள்ளே நுழைந்தார். ஆசிரியர் சொல்வதைக் கேட்டுக் கொண்டிருந்த மாணவ மாணவியர் உற்சாகத்துடன் கைகளைத் தட்டினார்.

யார் சார் அவர்? என்றான் ரசாக்.

அவர் தான் ஓய்வுபெற்ற காவல்துறை கண்காணிப்பாளர் திரு.கலியமூர்த்தி.

ஆமா சார் கல்வியோட முக்கியத்துவத்தைப் பற்றி இவர் பேசிய வீடியோக்களை நான் நிறைய பார்த்திருக்கிறேன் என்றாள் சித்ரா.

கனவு மெய்ப்பட...

சார் எனக்கு ரொனால்டோ மாதிரி சிறந்த கால்பந்து வீரனாகணும்னு ஆசை. ஒரு வாரம் தொடர்ந்து போனேன். ஆனா காலையில எழுந்து பயிற்சிக்கு போக சோம்பேறித்தனமா இருந்ததுன்னு போகலை. சாயங்காலம் பள்ளிக்கூடம் முடிஞ்ச பிறகு போகலாம்னா நண்பர்களோட அரட்டை, செல்போன் விளையாட்டுன்னு போகவே முடியல என்றான் விக்டர்.

விக்டர் மற்றவர்களெல்லாம் பொழுது போக்குகளில் நேரத்தை வீணாக்கும் போது தன் இலக்கை நோக்கி தொடர்ந்து செல்பவர்கள் மட்டுமே அதை அடைய முடியும். கனவு காண்பது எளிது. அதை அடைய நிறைய விலை கொடுக்க வேண்டும். பெரிய இலக்கை அடைய சிறிய ஆசைகளைத் தியாகம் செய்ய தயாராக வேண்டும். நீ மன உறுதியோடு இன்னைக்குத் தீவிர பயிற்சியில் ஈடுபட்டாலும் உன்னால் ரொனால்டோவை விட மிகச் சிறந்த கால்பந்தாட்ட வீரனாக முடியும் என்றார் ஆசிரியர் இதயராஜா.

நிச்சயமா செய்யுறேன் சார் என்றவன், சார் அந்த இரண்டு பேரில் இன்னொருவர் என்ன ஆனார்? என்றான்.

ஆமாம் அதை சொல்ல மறந்துட்டேன். தஞ்சாவூர் மாவட்ட காவல்துறை கண்காணிப்பாளராகக் கலியமூர்த்தி ஆனதும் மரியாதை நிமித்தம் மாவட்ட ஆட்சியாளரைச் சந்திக்க சென்ற போது அங்கே ஆட்சியாளராக அமர்ந்திருந்தது வேறுயாருமில்லை அவருடைய நண்பர் தான். கலெக்டராக வேண்டுமென்ற உறுதியோடு கல்லூரி நேரம் போக மற்ற நேரமெல்லாம் நூலகங்களில் புத்தக வாசிப்பில் மூழ்கிய அவரது நண்பர் இந்திய குடிமைப்பணித் தேர்வில் வெற்றி பெற்று மாவட்ட ஆட்சியாளராகி விட்டார் என்றதும் மாணவர்களின் கரகோஷம் வகுப்பறையை அதிர வைத்தது.

கல்வியும் தைரியமும் இரு கண்கள் 14

பிரச்சனைகளைத் தைரியமாக எதிர்கொள். இந்த உலகை மாற்ற உதவும் சக்திவாய்ந்த ஆயுதம் கல்வியே.

- நெல்சன் மண்டேலா

அறிவியல் ஆசிரியை மஞ்சுளா பாடங்களை மாணவர்கள் எளிதில் புரிந்து கொள்ளும்படியாக அறிவியல் சோதனைகள் செய்து காட்டுவதோடு அவற்றை வாழ்க்கையோடு தொடர்புபடுத்திப் பார்க்கவும் உதவுவார். அதனால் ஒவ்வொரு நாளும் அவர் கையில் என்ன கொண்டு வருகிறார், என்ன சொல்லித் தரப் போகிறார் என்பதைக் காண பிள்ளைகள் ஆவலோடு காத்திருப்பர்.

அன்றும் ஒன்பதாம் வகுப்பறையில் நுழைந்ததும் கரும்பலகையில் பாய்மங்கள் என்று எழுதினார். பைக்குள்ளிருந்து கண்ணாடி பீக்கர், கல், பஞ்சு பந்து ஆகியவற்றை மேஜை மேல் எடுத்து வைத்தார். ஒரு பீக்கரில் தண்ணீர் எடுத்துவர சொன்னார். முதலில் ஒரு கல்லை எடுத்து தண்ணீரில் போட்டதும் அது மூழ்கியது. பிறகு பஞ்சை எடுத்து போட்டார். சற்று நேரம் மிதந்த பஞ்சு நீரில் ஊறியதும் மூழ்கியது. பிறகு பந்தை எடுத்து உள்ளே போட்டு அழுத்திக் கையை விட்டதும் மேலே எழும்பி மிதந்தது. என்ன பார்த்தீங்க பிள்ளைகளா, என்றார்.

கல்லின் அடர்த்தி நீரின் அடர்த்தியை விட அதிகம்ங்கிறதால அது உள்ள போயிடுச்சு. பஞ்சு முதல்ல மிதந்துச்சு அப்புறம் ஏன் மூழ்கிடுச்சு டீச்சர் என்று கேள்வி எழுப்பினாள் விஜயலட்சுமி.

என்ன சம்பந்தம்?

பஞ்சின் நிறை முதலில் தண்ணீரின் நிறையை விட குறைவா இருக்கு. அதனால மிதக்குது. தண்ணீரில் போட்டதும் நீரை உறிஞ்சி அதன் நிறை அதிகரிப்பதால் அடர்த்தியும் அதிகரித்து உள்ளே போயிடுது. ஆனா பந்தை உள்ளே போட்ட பிறகு அது ஏன் மேல வருதுன்னா பந்து ரப்பரால் செய்யப்பட்டது. அதோட அடர்த்தி நீரின் அடர்த்தியை விட குறைவாக இருக்கும். தண்ணீரும், பந்தினுள் இருக்கும் காற்றும் பந்தை மேல் நோக்கி உந்துவதால் பந்து மிதக்கிறது. நம் வாழ்க்கையும் இது போலத்தான் என்றார் ஆசிரியர்.

நம் வாழ்க்கைக்கும் இதுக்கும் என்ன சம்பந்தம் என்றாள், அகிலா. எல்லோருடைய வாழ்க்கையிலும் பிரச்சினை இருக்கும். ஆனா அதை பார்த்து பயப்படாம தைரியமா எதிர்கொள்ளணும். அடர்த்தி அதிகமான கல் தண்ணீரில் மூழ்கிடுவது போல பயம் அதிகமானா பிரச்சினைகளிலிருந்து வெளியே வர முடியாம அதிலேயே மூழ்கிடுவாங்க. சிலர் பஞ்சு மாதிரி முதல்ல தைரியமா இருப்பாங்க; பிறகு பயந்து போய் பிரச்சினைகளில் மூழ்கிடுவாங்க.

காமாட்சி எழுந்து, டீச்சர் எல்லா நேரமும் தைரியம் இருக்க மாட்டேங்குதே, எப்படி தைரியத்தை வரவழைச்சுக்கிறது என்றாள். பெண்களுக்கு அவங்க படிச்ச படிப்புதான் தைரியத்தைக் கொடுக்கும். எந்த காரணத்தைக் கொண்டும் படிப்பைப் பாதியில விட்டுடாம ஒரு டிகிரிய முடிச்சு வேலைக்குப் போயிட்டா சொந்த கால்ல நிக்கலாம். யாருக்கும் பயப்பட வேண்டிய அவசியம் கிடையாது. நம்ம பெத்தவங்களுக்கும் நம்ம ஊருக்கும் நல்லது பண்ணலாம் என்றார் மஞ்சுளா டீச்சர்.

நான் படிக்கணும்!

அன்று பள்ளி முடிந்து காமாட்சி வீட்டுக்குப் போனபோது வெத்தலை பாக்கு தட்டோட மாமாவும் சொந்தங்களும் வந்திருப்பதைப் பார்த்தாள். உடனே அவளுக்கு எதைப்பற்றி பேசுகிறார்கள் என்பது புரிந்து விட்டது. படுத்தபடுக்கையாக இருக்கும் காமாட்சியின் தாய்வழி பாட்டி உயிருடன் இருக்கும்போதே ராமசாமிக்கும் காமாட்சிக்கும் கல்யாணம் செய்து விட வேண்டும் என்று ஏற்கெனவே ஒரு வாரமாக வீட்டில் பேச்சு அடிபட்டது. அதனால்தான் அவள் பள்ளியிலும் சோகமாக இருந்தாள். காமாட்சி இருக்கும் குக்கிராமத்தில் பெண்கள் வயதுக்கு வந்தவுடன் திருமணம் செய்து வைத்து விடுவது வழக்கம். சிறுவயதிலேயே திருமணம், இரண்டு மூன்று குழந்தைகள், வீட்டு வேலை, விவசாய கூலி வேலை, குடிகார கணவனிடம் அடி உதை வாங்கும் சராசரி வாழ்க்கையை நான் வாழ மாட்டேன் என்று ஏற்கனவே மனதில் எண்ணியிருந்த அவளுக்கு இன்று மஞ்சுளா டீச்சர் வகுப்பில் சொன்னதிலிருந்து படித்து நல்ல வேலைக்குப் போய் சொந்த காலில் நிற்க வேண்டும் என்ற எண்ணம் வைராக்கியமாக

மனதில் கொழுந்து விட்டு எரிந்தது. மனதில் தைரியத்தை வரவழைத்துக் கொண்டு தனக்குக் கல்யாணம் வேணாம் படிக்கணும் என்றாள்.

அவ்வளவுதான் அம்மா ஆவேசம் கொண்டவளாக, அடிப்பாவி இப்ப எங்க ஆத்தா உசுரு ஊசலாடுது, சாப்பாட்டுக்கே கஷ்டமாஇருக்கு, எனக்கு கல்யாணம் பண்ணி வைங்கன்னு என் தம்பியே வந்து பெரிய மனசுபண்ணி கேட்கிறான். இந்த மகாராணிக்கு படிக்கணுமாம்ல!

சிறிது நேரம் அமைதியாக இருந்த ராமசாமி பிறகு, சரிக்கா காமாட்சிக்குப் பிடிக்கலைன்னா இந்த கல்யாணத்தை நிறுத்திடலாம். அவ படிக்கட்டும் என்று சொந்தங்களை அழைத்துக் கொண்டு வெளியேறினான்.

தனக்கு இந்த தைரியத்தைத் தந்த மஞ்சுளா டீச்சர் காமாட்சியின் மனதில் மலை போல உயர்ந்திருந்தார்.

65 வயதுவரை தோல்விகளைத் தோற்கடித்து வெற்றி கண்டவர்

15

வாழ்கையில் தோற்றவர்கள் பலர் அவர்களின் முயற்சியைக் கைவிட்டபோது அவர்கள் வெற்றிக்கு எவ்வளவு நெருக்கமாக இருந்தார்கள் என்பதை உணராதவர்கள்.

– தாமஸ் ஆல்வா எடிசன்

மாலை சிறப்பு வகுப்புகள் முடிந்து பிள்ளைகள் அனைவரும் வீட்டுக்கு சென்ற பிறகு தான் செல்வதை வழக்கமாகக் கொண்டிருந்தார் தலைமை ஆசிரியர் ஜே.கிருஷ்ணமூர்த்தி எனப்படும் ஜே.கே. அன்று தனியாக நின்று கொண்டிருந்த ஒரு மாணவனைப் பார்த்து, வீட்டுக்கு போகாம இந்த நேரத்துல என்ன பண்ணிட்டு இருக்கபா என்று கேட்டார்.

அவன் அழுதபடியே சார் என் பெயர் முகமது ஆசீம். சார் நான் காலாண்டுத் தேர்வில் மூன்று பாடத்துல ஃபெயில் ஆகிட்டேன். வீட்டுக்குப் போனா அப்பா பெல்ட்டால அடிப்பாருன்னு பயமா இருக்கு; அதனாலதான் இங்கேயே உக்காந்துட்டு இருக்கேன் சார்.

சரி அவ்வளவுதானே நான் வந்து உங்க அப்பா கிட்ட பேசுறேன். அவர் இனிமே உன்ன அடிக்கவே மாட்டார். அடுத்த தடவை நல்லா படிச்சு மார்க் எடுத்துடு என்றார்.

சார் நான் எவ்வளவு படிச்சாலும் எனக்கு படிப்பு ஏறவே மாட்டேங்குதே! அப்பாவும், டீச்சரும் நான் வேஸ்ட்னு சொல்றாங்க. ஆமா என்னால யாருக்குமே பிரயோஜனம் இல்ல என்றான் அழுதபடியே. அவனை தன் அறைக்கு அழைத்துச் சென்று தண்ணீர் கொடுத்து ஆசுவாசப்படுத்தினார்.

சலிக்காமல் முயற்சி செய்!

ஆசிம் இந்த உலகத்துல பிரயோஜனம் இல்லாதவங்கன்னு யாருமே கிடையாது. எல்லாருக்கும் ஏதாவது ஒரு திறமை நிச்சயம் இருக்கும்.

உன்கிட்டயும் நிச்சயமா எதாவது திறமை இருக்கும். அது என்னன்னு நீ தான் கண்டுபிடிக்கனும். அதுல தொடர்ந்து முயற்சி செய்தால் உன்னாலையும் சாதிக்க முடியும் என்றபடி தன் அலமாரியில் இருந்து ஒரு புத்தகத்தை எடுத்து அவனிடம் கொடுத்தார். இந்த புத்தகத்துல வாழ்க்கையில நிறைய முறை தோற்றுப் போய் ஆனா சலிக்காமல் தொடர்ந்து முயற்சி செய்து ஜெயிச்சவங்க நிறைய பேரைப் பற்றி கொடுத்திருக்காங்க, படிச்சு பார் என்றார். புத்தக அட்டையில் 'தோல்விகளைத் தோற்கடித்த சாதனையாளர்கள்' என்ற தலைப்பைப் பார்த்ததும் ஆர்வத்துடன் அவன் பிரித்தப் பக்கத்தில் ஒரு வயதான பெரியவர் படமும் அவரைப் பற்றிய தகவலும் இருந்தது. இவர் யார் தெரியுமா என்றதும், சார் இவர் படத்தை கேஎப்சி சிக்கன் கடைகள்ல பார்த்து இருக்கேன்.

கர்னல் ஹார்ட் லேண்ட் சான்டர்ஸ் இவர் பெயர். ஆறு வயசிலேயே அப்பா இறந்திட்டதால அம்மா வேலைக்குப் போனாங்க. அதனால அப்பவே அவருக்கு சமையல் செய்ய கற்றுக் கொடுத்துட்டாங்க. 13 வயசுலையே வீட்டை விட்டுவிட்டு வெளியே போய் வேலைக்குப் போனார். வயதை மாற்றி அமெரிக்க ராணுவத்தில் சேர்ந்ததால் அங்கிருந்து நீக்கப்பட்டார்.

ரயில்வேயில் வேலைக்குச் சேர்ந்து அங்கேயும் ஒருத்தரோட சண்டை போட்டுட்டு வீட்டுக்கு வந்துட்டார். ஒரு ஆயுள் காப்பீட்டு நிறுவனத்தில் வேலைக்கு சேர்ந்தார். மற்றவர்களைக் கவரும் விதத்தில் பேசும் திறமை இல்லை என அங்கிருந்தும் விரட்டப்படுகிறார். சரி, அம்மா சொல்லிக் கொடுத்த சமையல் கலையாவது கை கொடுக்குமானு கோழி வறுத்து விற்க முயன்றார். 1009 முறை தோற்ற பிறகு கடைசியில் ஒரு ஹோட்டலில் மட்டும் வாங்கிப் பார்த்து சுவை பிடித்துப் போகவே தொடர்ந்து வாங்குகிறார்கள். அதன்பிறகு அவர் பிரபலமான கேஎஃப்சி முதலாளி ஆகிவிட்டார். ஆனால், அப்போது அவருக்கு வயது 65. 13 வயதிலிருந்து 65 வயதுவரை தொடர்ந்து தோல்வியை தழுவினாலும் எப்போதுமே சோர்ந்து போகவில்லை. ஆர்வமுடன் கேட்டுக்கொண்டே அடுத்த பக்கத்தைத் திருப்பியவன் சார் இது தாமஸ் ஆல்வா எடிசன்தானே என்றான்.

ஆமாம், இவர் படிக்க லாயக்கு இல்லாதவர்ன்னு ஸ்கூல்ல இருந்து விரட்டப்பட்டவர். பிறகு 1368 கண்டுபிடிப்புகளுக்கு சொந்தக்காரர்.

என்னைக் கவர்ந்தவர்!

அடுத்த பக்கத்தைத் திருப்பினான் அசீம் இது யார் தெரியுமா என்று கேட்டதும், சார் இவர்தான் என்னுடைய ரோல் மாடல் உலகப் புகழ் பெற்ற கூடை பந்தாட்டக்காரர் மைக்கேல் ஜோர்டான், இவருடைய மேட்ச் நிறைய பார்த்திருக்கேன் என்றான்.

வெரி குட், இவர் தன்னைப் பற்றி என்ன சொல்லி இருக்கார் தெரியுமா என்றபடி ஒரு பத்தியைச் சுட்டிக்காட்டி, இதை படி என்றார். அசீம் உரக்க

வாசித்தான். "என் விளையாட்டுக்களில் ஒன்பதாயிரத்துக்கும் அதிகமான பந்துகளைத் தவறவிட்டிருக்கிறேன். 300-க்கும்அதிகமான விளையாட்டுகளில் பங்குபெறும் வாய்ப்புகளைத் தவறவிட்டிருக்கிறேன். 26 போட்டிகளில் என் அணி எனது தவறுகளால் வெற்றி வாய்ப்பினை இழந்து இருக்கிறது. தொடர்ந்து நான் அடைந்த தோல்விகள் தான் என்னை வெற்றியாளன் ஆக்கியது. நீங்கள் தோல்வி அடையாமல் எதையும் சாதிக்க முடியாது. இன்னும் நீங்கள் தோல்வி அடையவில்லை என்றால் இன்னும் வாழவே தொடங்கவில்லை என்று அர்த்தம்".

வாசித்து முடித்ததும், 'சார் எனக்கும் இவர மாதிரி விளையாடனும்னு ரொம்ப ஆசை. இதுல சேர்த்து விட சொன்னா எங்க அப்பா முதல்ல எல்லா சப்ஜெக்ட்லயும் மார்க் வாங்கி பாஸ் பண்ற வழிய பாருன்றார்; நான் என்ன செய்யறது புத்தகத்த பார்த்தாலே பயமா இருக்கு என்றான் அசீம்.

சரி உன் அப்பா கிட்ட பேசி உன்னைக் கூடைப்பந்தாட்ட அணியில் சேர்க்க வேண்டியது என் பொறுப்பு. ஆனா நீ எனக்கு ஒரு ப்ராமிஸ் பண்ணனும் என்றதும் அதுவரை இல்லாத ஆர்வத்துடன் சொல்லுங்க சார் என்ன பண்ணனும் என்றான்.

தினம் நான் கொடுக்கும் கேள்வி பதில்களைப் படிச்சிட்டு வந்து எனக்கு டெஸ்ட் எழுதி காட்டணும் என்றதும் சரி சார் என்ற அசீமின் குரலில் சற்றே சுரத்துக் குறைந்து இருந்தது.

தினமும் டெஸ்ட் எழுதணும்னதும் பயந்துட்டியா? எதைப் பார்த்து பயப்படுறியோ அதைத் தொடர்ந்து செய். உன்பயம் போகும் வரைத் தொடர்ந்து செய். அதில் நீ எக்ஸ்பர்ட் ஆயிடுவ என்றதும் மீண்டும் உற்சாகம் தொற்றிக் கொண்டவனாய் சரி சார் நிச்சயம் செய்கிறேன் என்றான்.

சரி வா வண்டியிலே ஏறு. உன்னை உங்க வீட்ல விட்டுட்டு உங்க அப்பாகிட்டையும் பேசிடுறேன் என்றதும் உற்சாகத்துடன் வண்டியில் ஏறிக்கொண்டான் அசீம்.

இயற்கைக்குத் திரும்புவோம் 16

லட்சம் இளைஞர்கள் இயற்கை வேளாண்மையில் இறங்கினால் தமிழ்நாட்டின் தலைவிதியை மாற்றிடலாம்.

- கோ.நம்மாழ்வார்

சாந்தகுமாரும் அமுதாவும் கோடை விடுமுறைக்கு வானவன் மாமா கிராமத்துக்குச் சென்று இருந்தனர். மாமா இயற்கை விவசாயி. வழக்கமாக சென்னையில் இருக்கும் பொழுது விடுமுறை என்றால் ஒன்பது மணிக்கு நிதானமாக எழுந்திருப்பவர்கள் இப்போது மாமாவுடன் விடியற்காலையிலேயே வயலுக்கு வந்து விட்டார்கள்.

பச்சை பசேல்னு வயல் எவ்ளோ அழகா இருக்கு மாமா என்ற அமுதா தன் காலுக்கு அருகில் ஊர்ந்து செல்லும் பாம்பை பார்த்ததும் ஐயோ! பாம்பு என்று அலறிக் கொண்டு ஓடினாள். சாந்தகுமார் பக்கத்தில் இருந்த கட்டையை எடுத்து பாம்பை அடிக்க முற்பட்டான். மாமா அவனை தடுத்து, அடிக்காத விடுடா அதை என்றார்.

இதுக்கு எதுக்கு பாம்பு?

மாமா நம்மள கொத்திட்டா என்ன செய்யறது? அது விஷம் இல்லாத பாம்புடா, உலகத்துல 80 சதவீத பாம்புகள் விஷம் இல்லாததுதான். நாம அதை தொல்லை பண்ணாத வரைக்கும் அதுவும் நமக்கு எந்த தொல்லையும் கொடுக்காது. வயல்ல விவசாயிகளுக்குப் பெரிய பிரச்சினையா இருக்கும் எலிகளைப் பிடிக்க பாம்புகள் ரொம்ப உதவும்.

ஏன் மாமா எலிய கொல்ல மருந்து கடைகளில் கெமிக்கல் பிஸ்கட் கிடைக்குதே; இதுக்கு எதுக்கு பாம்பு?

குமார் நீ சொல்ற மாதிரி ரசாயனங்களைப் பயன்படுத்தி எலிகளைக் கொன்னா அதை சாப்பிடும் பாம்புகளும் பாம்புகளைச் சாப்பிடும் கழுகுகளும் இறந்து போகும். நிலமும் பாழாகும். ஏற்கெனவே ரசாயன உரங்கள், பூச்சிக்கொல்லிகளைப் பயன்படுத்தி நிலங்கள் வளம் குறைஞ்சி மலடா போயிருச்சு.

உரங்களும் பூச்சிக்கொல்லிகளும் போட்டாதானே மாமா பயிர் நல்லா வளரும்.

உண்மைதான், ஆனா ரசாயன உரங்கள பயன்படுத்தி விளையும் உணவை சாப்பிடும் நமக்கும் பல நோய்கள் உண்டாகும். நுனி வீட்டுக்கு நடு மாட்டுக்கு அடி மண்ணுக்குன்னு வேளாண் விஞ்ஞானி நம்மாழ்வார் சொல்வார். அப்படின்னா என்ன மாமா? நம்ம நிலத்துல நெல்லு விளையுதுன்னா செடியோட நுனியில கிடைக்கும் தானியம் நம்ம வீட்டுக்கு பயன்படும். நடுப்பகுதியான வைக்கோல் மாட்டுக்கு உணவாகும். அடிப்பகுதியான வேர் மண்ணுக்கு உரமாகிடும் என்று சொல்லிக்கொண்டே, அதோ பாருங்க என்று மாமா கைகாட்டிய திசையில் பார்த்தால் எலியைப் பிடித்து விழுங்கிக் கொண்டிருந்தது ஒரு பாம்பு.

அந்த எலி பாவம் மாமா என்றாள் அமுதா.

எலிக்கு பாவம் பார்த்தால் உனக்கு சாப்பாடு கிடைக்காதே, பரவாயில்லையா?

புரியலையே மாமா.

ஆறு எலிகள் சேர்ந்தா ஒரு மனுஷனுக்கு தேவையான ஒருவேளை சாப்பாடை சாப்பிட்டுடுங்க. அதே சமயம் 20 மடங்கு உணவை வீணாக்கிடும். நம்ம இந்தியா மாதிரியான வளரும் நாடுகள்ல விளையுற மொத்த உணவுப்பொருட்கள்ல 3-ல் இருந்து 5 சதவீதம்வரை எலிகளால் வீணாகுது. எலிகளோட எண்ணிக்கைய குறைக்கிறதுல பாம்புகள்தான் மனுஷனுக்கு ரொம்ப உதவி செய்யுது.

யாரெல்லாம் விவசாயி நண்பன்?

இயற்கையில ஒவ்வொரு உயிரினமும் மற்ற உயிரினங்களை ஏதாவது ஒரு விதத்தில் சார்ந்துதான் இருக்கும். மரங்கள் உணவு தயாரிக்கும்; யானை, குதிரை, மான், முயல், எலி போன்றவை தாவரங்களைச் சாப்பிடும். சிங்கம் புலி கழுகு பாம்பு போன்றவை மற்ற உயிரினங்களைச் சாப்பிடும். பாம்புகளை நாம கொன்னுட்டா எலிகளோட எண்ணிக்கை அதிகம் ஆகிடும். பாம்புகளைச் சாப்பிடும் கழுகுகள் இரை கிடைக்காம செத்துப் போயிடும். மற்ற விலங்குகளின் இறந்த உடல்களைச் சாப்பிட்டு இந்த உலகத்தைச் சுத்தம் பண்ணும். கழுகுகள் இல்லாம போனா பிணங்களில் இருந்து நோய்க்கிருமிகள் உற்பத்தியாகி நோய்கள் பெருகும். சமநிலையில் இருக்கும் இயற்கையில் ஒரு உயிரினம் அழிஞ்சாலும் அது ஒட்டுமொத்த உலகத்தையும் பாதிக்கும்.

மண்புழு விவசாயிகளின் நண்பன்னு எங்க டீச்சர் சொல்லி இருக்காங்க மாமா, நீங்க சொல்றத பார்த்தா பாம்புகளும் விவசாயிகளோட நண்பன்தான் போல இருக்கே என்றாள் அமுதா.

பாம்புகள் மட்டுமல்ல சின்ன சின்ன நுண்ணுயிரிகள் உட்பட பெரும்பாலான உயிரினங்கள் விவசாயிகளின் நண்பர்கள்தான்.

ஆடு, மாடு, கோழிகளோட கழிவுகள நிலத்துல போட்டா நிலத்துல இருக்கும் மண்புழுவும் மற்ற நுண்ணுயிரிகளும் அதையெல்லாம் மக்க வச்சு மண்ணுக்கு உரமாக்கிடும். சில நுண்ணுயிரிகள் பூச்சிக்கொல்லிகளாகவும் பயன்படும். இயற்கை உரங்களும் இயற்கையான பூச்சிக்கொல்லிகளும் இருந்தா நிலத்துக்கும் நல்லது. அதுல வெளையுறத சாப்பிடற நமக்கும் நல்லது. இந்த நஞ்சில்லா உணவால எதிர்கால சமுதாயமும் ஆரோக்கியமாக இருக்கும்.

ஆமா மாமா, போன மாசம் டிவி செய்தியில இன்ஜினியரிங் படிச்சிட்டு ஐடில வேலை பார்த்த நாலு பேரு இப்ப அந்த வேலையை விட்டுட்டு இயற்கை விவசாயம் பாக்குறாங்கன்னு சொன்னாங்க. இதுல நிறைய வருமானமும் கிடைக்குது. நாட்டுக்கு நல்லது பண்றோம்ன்ற திருப்தியும் இருக்குதுன்னு சொன்னாங்க. நானும் படிச்சிட்டு இயற்கை விவசாயத்துக்கே வந்துரட்டுமா மாமா.

ரொம்ப நல்லதுடா கண்ணுங்களா, படிச்ச புள்ளைங்க விவசாயத்துக்கும் அரசியலுக்கும் வந்தாதான் இப்ப நம்ம நாட்டுல இருக்க பிரச்சினைங்க எல்லாம் சரியாகும் என்றார் மாமா.

சராசரி மாணவன் டூ சிஇஓ

17

தோல்விக்குப் பயப்பட வேண்டாம். முயற்சி செய்யாமல் இருப்பதற்குதான் பயப்பட வேண்டும்.

- சுந்தர் பிச்சை

ஒன்று முதல் பத்தாம் வகுப்பு வரை உள்ள அரசு உயர்நிலைப் பள்ளி அது. கரோனா பேரிடரால் பள்ளிகள் மூடப்பட்டிருந்த நாட்களில் செல்போனுக்கும், டிவிக்கும் அடிமையான பல பிள்ளைகளுக்கு இப்பொழுது வகுப்பறையில் கவனிப்பது, வீட்டுப்பாடம் செய்வது, படிப்பது எல்லாமே சிரமமாக உள்ளது. இதனால் ஆசிரியர் ராணி அவ்வப்போது கவனம், நினைவாற்றலை மேம்படுத்துவதற்கான பயிற்சிகள் அளிப்பார். வாரம் ஒரு முறையாவது ஏழ்மையான நிலையில் இருந்து குறிக்கோளுடன், கடினமாக உழைத்து முன்னேறியவர்களின் வாழ்க்கையைப் பற்றி கூறுவார். இன்றும் அப்படியான ஒரு தயாரிப்புடன் வகுப்பறைக்கு வந்திருந்தார்.

பிள்ளைகளா, இன்னைக்கு ஒருத்தரோட கதையைச் சொல்ல போறேன். அவர் யாருன்னு முதல்ல கண்டுபிடிக்கிறவங்களுக்கு ஒரு பரிசு உண்டு என்றார்.

சரிங்க டீச்சர் என்றனர் மாணவர்கள். மதுரையில் நடுத்தர குடும்பத்தில் பிறந்த இவர் படித்தது சென்னையில். சின்ன வயசுல இவர் வீட்டில் டிவி கூட கிடையாது. கண்ணாடி அணிந்த ஒல்லியான உருவத்தால் நண்பர்களின் கேலி கிண்டலுக்கு அதிகம் ஆளானவர்.

அப்படி யாரும் படிக்கலயே!

புத்தக வாசிப்பு இவருக்கு பிடித்தமானது. போன் நம்பரை எல்லாம் மனப்பாடமாக சொல்லும் சிறப்பான நினைவாற்றல் கொண்டவர். காரக்பூரில் உள்ள ஐஐடியில் பொறியியல் படித்தார். மேல்படிப்பு படிக்க அமெரிக்கா செல்வதற்குக் கடன் வாங்க வேண்டிய குடும்ப சூழ்நிலையை உணர்ந்து நன்கு படித்தார். தன் திறமையை மதித்து வேலை கொடுத்த நிறுவனத்தைக் கடின உழைப்பால் உலகின் தலைசிறந்த டெக் நிறுவனம் ஆக்கி, அதன் தலைமை செயலதிகாரியாக உயர்ந்தார். அப்போது அமெரிக்காவின் பிரபல பத்திரிக்கை இவரைப் பற்றி தகவல் சேகரிக்க இவர் படித்த பள்ளியிலும் கல்லூரியிலும் விசாரித்த போது அப்படிப்பட்ட ஒருவர் தங்களிடம் படிக்கவே இல்லை என்றார்கள்.

ஆசிரியர்களின் நினைவில் கூட இல்லாத அளவுக்கு மிக சராசரியான மாணவர்தான் புகழ்பெற்ற அமெரிக்க கம்பெனியின் சிஇஓ. டொனால்ட் டிரம்ப் அமெரிக்க அதிபரான போது வெளிநாட்டினர் அமெரிக்காவில் வந்து வேலை செய்வதற்கு எதிரான சட்டம் கொண்டுவரப்படும் என்றார். அமெரிக்காவில் ஐடி நிறுவனங்களில் 75 சதவீதம் பேர் இந்தியர்கள்தான் என்பதால் பிரபல ஐடி நிறுவனங்கள் எல்லாம் பதறின. ஆனால், இவர், “நீ யாராக வேண்டுமானாலும் இருந்து கொள்; எங்கள் கம்பெனியில் யாரை வேலைக்கு வைக்க வேண்டும் என்பதை நாங்கள்தான் முடிவு செய்வோம்” என்று பத்திரிகைகளுக்கு பேட்டி கொடுத்தார். தமிழ்நாட்டில் இருந்து அமெரிக்காவுக்கு வந்து அமெரிக்கா அதிபரையே எதிர்க்கும் இவர் யார் என்று உலகமே இவரை திரும்பிப் பார்த்தது. யார் இவர் கண்டுபிடிச்சிட்டீங்களா?

குறைந்த விலையில் அலைபேசி

டீச்சர் நான் கண்டுபிடிச்சிட்டேன் அவர் கூகுள் நிறுவனத்தின் சிஇஓ சுந்தர் பிச்சைதானே என்று கேட்டான் வேலப்பன். வெரி குட், கரெக்டா சொல்லிட்டியே என்ற ஆசிரியர் எல்லோரையும் கைதட்ட சொல்லி, அவனுக்கு ஒரு பேனா பரிசாக கொடுத்தார். உனக்கு இவரைப் பத்தி வேற என்ன தெரியும் சொல்லு வேலா.

இன்டர்நெட் எக்ஸ்ப்ளோரர் என்ற வெப் பிரவுசர் மட்டுமே பிரபலமா இருந்தப்ப இவர்தான் கூகுள் குரோம் கண்டுபிடித்தார். உலகம் முழுக்க ஆண்ட்ராய்டு போன் ரொம்ப கம்மி விலையில் கிடைக்க இவர்தான் காரணம்.

ரொம்ப சரியா சொன்ன. இன்னும் கூகுள் வரைபடம், வணிகம், உள்

கட்டமைப்பு, ஆய்வு, விளம்பரம், யூ டியூப், கூகுள் செயலிகள் எல்லாத்துக்கும் இவர்தான் பொறுப்பு. கூகுளுக்கு மட்டுமல்ல அதன் தாய்நிறுவனமான ஆல்பபெட்க்கும் இவர்தான் தலைமை செயலதிகாரி. போன் பேசக்கூட காசு இல்லாமல் இருந்த இவரது இன்றைய ஒரு மாத வருமானம் 140 கோடி ரூபாய்.

இதுக்கெல்லாம் காரணம் என்ன தெரியுமா? கடின உழைப்பு, பிற நிறுவனங்கள் அதிக சம்பளம் கொடுப்பதாக ஆசை காட்டிய பொழுதிலும் தன் திறமையை நம்பிய கூகுள் நிறுவனத்தின் மீது காட்டிய விசுவாசம், உலகில் உள்ள எல்லா மக்களுக்கும் தொழில்நுட்பத்தைக் கொண்டு போய் சேர்க்க வேண்டும் என்ற சிறுவயது கனவின் மீதான தணியாத ஆர்வம், சரியான முடிவெடுக்கும் திறன் இவையெல்லாம்தான் இவருடைய வெற்றிக்குக் காரணம்.

டீச்சர் நாங்களும் இவர மாதிரி வெற்றி பெறனும்னா என்ன பண்ணனும் என்று கேட்டான் முருகேஷ்.

அதுக்கு உங்க திறமை என்ன? எந்த துறையில் உங்களால சாதிக்க முடியும் என்பதைக் கண்டுபிடிங்க. என்ன படிக்கணும்னு நினைக்கிறீங்களோ அதுல உறுதியா இருங்க. நல்லா படிங்க. கனவு நிறைவேறும் வரைக்கும் சோர்ந்து போகாம, எந்த கவனச் சிதறலுக்கும் இடம் கொடுக்காமல் உழைச்சா சுந்தர் பிச்சை மாதிரி நீங்களும் ஒருநாள் சாதனையாளரா மாறுவீங்க என்று ஆசிரியர் சொல்ல சொல்ல மாணவர்களின் கண்களில் லட்சிய கனல் எரிந்தது.

உங்களுக்கும் நிச்சயம் வானம் வசப்படும்!

18

உங்கள் வாழ்க்கையில் உள்ள கஷ்டங்கள் உங்களை அழிக்க வரவில்லை. ஆனால் உங்களுக்குள் மறைந்திருக்கும் ஆற்றலையும் சக்தியையும் உணர வைப்பதற்கே வருகின்றன.

– அப்துல் கலாம்

தலைமை ஆசிரியரும் தமிழாசிரியருமான துர்காவின் வகுப்பு தொடங்கிய சில நிமிடங்களில் பரமேஸ்வரியும் அவள் அம்மாவும் வாசலில் வந்து நின்றனர். குடி நோய்க்கு அடிமையான தந்தை இறந்து போகவே ஒரு வாரம் விடுமுறைக்கு பிறகு இன்றுதான் பள்ளிக்கு வருகிறாள் பரமு.

டீச்சர் பரமுவுக்கு டிசி கொடுத்துடுங்க அவ இனிமே ஸ்கூலுக்கு வர மாட்டா என்றார் அவளது அம்மா.

ஏம்மா? அவ நல்லா படிக்கிறா; கலெக்டர் ஆகணும்ற கனவோட இருக்கா; என்ன பிரச்சினை உங்களுக்கு?

கஞ்சிக்கு வழி இல்லாதவங்களுக்குக் கலெக்டர் ஆகுற கனவெல்லாம் தேவையா டீச்சர்? இனி நாங்க ரெண்டு பேரும் வேலை பார்த்தாதான் பசி இல்லாம இருக்க முடியும். இவள கட்டி குடுக்கணும், இவ தம்பிய படிக்க வைக்கணும் என்றார் அம்மா.

மௌனமாய் நின்ற பரமுவின் கண்களில் கண்ணீர்.

சரி நீங்க வெளியே உட்காருங்க. நான் இந்த வகுப்பு முடிச்சிட்டு வந்து உங்கட்ட பேசுறேன். பரமு நீ உள்ள போய் உட்காரு, என்று சொல்லிவிட்டு வகுப்பை தொடர்ந்தார் ஆசிரியை துர்கா.

தரையில் கண்ட செய்தி: மகாராஷ்டிரா மாநில ஏழாம் வகுப்பு தமிழ் புத்தகத்துல நம்ம புதுக்கோட்டையில் உள்ள ஆதனகோட்டை என்ற கிராமத்தில் வாழ்ற ஜெயலட்சுமின்ற பெண்ணைப் பற்றிய பாடம் இருக்கு. அத பத்தி இன்னைக்கு பேசலாம். ஜெயலட்சுமியின் அம்மா மனநிலை

சரியில்லாதவங்க. அப்பா வேற கல்யாணம் பண்ணிக்கிட்டார். வேற வருமானம் இல்லாததால ஜெயலட்சுமி பள்ளிக்கூடம் போயிட்டு வந்த பிறகு முந்திரி கம்பெனியில் வேலைக்கு போய் சம்பாதிச்சு அம்மா, தம்பிய காப்பாத்துனா. வேலைய முடிச்சுட்டு இரவில் தெரு விளக்குல உட்கார்ந்துதான் படிப்பா. ரெண்டு அல்லது மூணு மணி நேரம் தூங்குறதே பெரிய விஷயம். எப்படியாவது படிச்சிட்டா தன் குடும்ப சூழ்நிலை மாறிடும் என்ற நம்பிக்கையோட, படிச்சா. என்.எம்.எம்.எஸ், டிரஸ்ட் போன்ற மத்திய, மாநில அரசாங்கத் தேர்வுகளில்தான் வெற்றி பெற்றதோடு இன்னும் மூணு பசங்களுக்கு சொல்லிக் கொடுத்து உதவித்தொகை பெற வச்சுருக்கா. பாடப்புத்தகங்கள் தவிர மத்த புத்தகங்கள் வாசிக்கிறதுலையும் அவளுக்கு ரொம்ப ஆர்வம். குறிப்பா நட்சத்திரம், நிலா, ராக்கெட்னு வானியல் சார்ந்த விஷயங்களைத் தேடித்தேடி படிப்பா. உங்கள மாதிரி பிளஸ் 1 படிச்சிட்டு இருந்தப்ப ஒரு நாள் கீழே கிடந்த ஒரு பேப்பர்ல நாசாவுக்கு போறதுக்கான போட்டித் தேர்வு பற்றிய தகவல்கள் இருந்ததைப் பார்த்தா. அதில் கலந்துகிட்டு நாசாவுக்குப் போக தேர்வானா. ஆனா அமெரிக்காவுக்கு போயிட்டு வர பாதி செலவு அவளே ஏற்பாடு செய்ய வேண்டி இருந்தது.

ஊருக்கு கழிவறை

அச்சச்சோ! லட்சக்கணக்குல செலவாகுமே டீச்சர்; அந்த அக்கா என்ன பண்ணாங்க?

அரசு பள்ளி மாணவி நாசா போக பணம் தேவை என்ற தகவல் சமூக ஊடகங்களில் பரவவே நிறைய பேர் உதவி செய்ய முன் வந்தாங்க. தேவையான அளவு பணம் கிடைச்ச பிறகும் உதவ முன்வந்த ஒரு தொண்டு நிறுவனத்திடம் எனக்கு எதுவும் வேணாம், எங்க ஊருக்கு நீங்க கழிவறை கட்டிக் குடுக்க முடியுமான்னு கேட்டா. அவங்களும் 126 வீடுகளுக்கும் கழிவறைகள் கட்டிக் கொடுத்திருக்காங்க. இப்ப அந்த கிராமமே சுகாதாரமான கிராமமா மாறிடுச்சு.

எவ்வளவு நல்ல மனசு டீச்சர் அந்த அக்காக்கு. அவங்களுக்குக் கிடைச்ச பணத்தை ஊருக்கு நல்லது பண்ண கொடுத்திருக்காங்களே! அதனாலதான் அவங்க பேர் பாட புத்தகத்தில் வந்திருக்கா?

அதுமட்டும் இல்லம்மா, 2021 வது வருஷம் சில தொண்டு நிறுவனங்கள் செயற்கைக்கோள் உருவாக்கும் பயிற்சிக்கு ஏற்பாடு செய்திருந்தாங்க. நாடு முழுவதும் இருந்து ஆயிரம் மாணவர்களைத் தேர்வு செஞ்சாங்க. அதுல ஜெயலட்சுமியும் தேர்வானா. அங்கு கிடைத்த பயிற்சியால எடை குறைந்த சிறிய ரக செயற்கைக்கோளை உருவாக்கினா. கரோனா பரவலுக்கு முன்பு இருந்ததை விட இப்ப வளிமண்டலத்தில் கார்பன் டை ஆக்சைடு மற்றும் கார்பன் மோனாக்சைடின் அளவு குறைஞ்சிருக்குன்னு தன் ஆராய்ச்சியில கண்டுபிடிச்சிருக்கா. இதன் மூலமா ஐந்து உலக சாதனை

செய்த ஜெயலட்சுமி பல விருதுகளும் பெற்றிருக்கா. இந்த வருஷமும் பல தொண்டு நிறுவனங்கள் இணைந்து தமிழகத்தின் 26 மாவட்டங்களை சார்ந்த 86 மாணவர்களைத் தேர்வு செய்து அவர்களைக் கொண்டு சுற்றுச்சூழல் பாதுகாப்பு செயற்கைக்கோள் ஒன்றை ஏவ திட்டமிட்டாங்க.

விண்ணை நோக்கி

இதுலயும் நம்ம ஜெயலட்சுமி அக்கா செலக்ட் ஆகிட்டாங்களா? ஆமா, நவம்பர் 2 முதல் 6 வரை இஸ்ரோவில் நடந்த இந்த முதல் கட்ட செயற்கைக்கோள் தயாரிப்பு பயிற்சியில் இந்தியாவின் தலைசிறந்த விஞ்ஞானிகளான சிவதானுபிள்ளை, மயில்சாமி அண்ணாதுரை, சிவன் உட்பட பலரும் இவங்களுக்கு பயிற்சி குடுத்தாங்க. இன்னும் இரண்டு பயிற்சிகளுக்குப் பிறகு இந்த மாணவர்கள் செயற்கைக்கோள் தயாரிச்சு ஸ்ரீஹரிகோட்டாவிலிருந்து ஏவப்போறாங்க.

இப்ப அந்த அக்கா என்ன படிக்குறாங்க டீச்சர்?

வானியல் படிக்க ஆசை இருந்தாலும் ஐஏஎஸ் படிச்சு இந்திய ஆட்சி பணிக்கு வந்தால் நிறைய சமூகப் பணிகள் செய்ய முடியும்றதால கலை கல்லூரியில் இரண்டாம் ஆண்டு வரலாறு படிக்கிறா. ஜெயலட்சுமியின் ஐஏஎஸ் ஆகும் கனவு பலிக்கும்னு நினைக்கிறீங்களா?

நிச்சயமா பலிக்கும் டீச்சர். அம்மா, அப்பா யாரோட ஆதரவும் இல்லாம இவ்வளவு சாதனை செஞ்சிருக்காங்க! ஐஏஎஸ் என்ன, அதுக்கு மேலயும் அவங்களால சாதிக்க முடியும் என்றாள் பரமு.

சரி, ஜெயலட்சுமியால சாதிக்க முடிஞ்சா உங்க எல்லாராலும் சாதிக்க முடியுமா முடியாதா?

நிச்சயமா முடியும், என்றனர் கோரசாக. வெளியே உட்கார்ந்து அனைத்தையும் கேட்டுக்கொண்டிருந்த பரமுவின் அம்மா யாரிடமும் சொல்லாமல் பள்ளியை விட்டு வெளியேறினார். பரமுவுக்கு டிசி வாங்கும் எண்ணமும் அவர் மனதை விட்டு வெளியேறி இருந்தது.

சவால்கள் சாதனைக்கான வாய்ப்புகள் 19

என் சாதனைகள் எதுவும் எளிதில் நடந்துவிடவில்லை. எதையும் கற்றுக்கொள்ள பிறருக்கு ஆகும் நேரத்தைவிட எனக்கு பலமடங்கு அதிக நேரம் ஆனது. ஆனால் எதற்காகவும் நான் சோர்ந்து போகவில்லை. எதை என்னுடைய குறையாக பிறர் பார்த்தார்களோ அதையே என் பலமாக மாற்றிக்கொண்டேன்.

- ஜெசிகா காக்ஸ்

ஒன்பதாம் வகுப்பில் நுழைந்த ஆசிரியர் சரவணன் இன்றைக்கு பாடமில்லை ஒரு வீடியோ பார்க்க போறோம் என்றார். ஹே! என்று கத்தியபடி கைகளைத் தட்டி தம் மகிழ்ச்சியை வெளிப்படுத்தினர் மாணவ மாணவியர். மாதம் இருமுறை தன்னம்பிக்கை பேச்சாளர்களின் ஊக்கமூட்டும் வீடியோவை திரையிடுவது வழக்கம்.

இன்றைக்கு பிறவியிலேயே கரங்கள் இல்லாமல் பிறந்தும் தன் விடாமுயற்சியால் பல சாதனைகள் புரிந்த அமெரிக்க பெண்மணி ஜெசிக்கா காக்ஸ் பற்றிய வீடியோயை டிவியில் போட்டார். இதற்கு காரணம் மாணவி சாதனா. தன் தோழியும் மாற்றுத்திறனாளியுமான ஜமீலாவை அவளது குறைபாட்டைச் சுட்டிக்காட்டி பிறர் கிண்டல் செய்வதால் ஜமீலா விரக்தி அடைந்திருப்பதாகவும், அவளோடு பேசி தன்னம்பிக்கை ஊட்ட வேண்டும் எனவும் சாதனா சரவணனிடம் கேட்டுக் கொண்டாள். எனவே ஜமீலாவிடம் பேசுவதற்கு முன் அவள் இந்த வீடியோயைப் பார்ப்பது நல்லது என்று அவருக்குத் தோன்றியது. வீடியோவில் ஆயிரக்கணக்கானோரின் மத்தியில் ஜெசிக்கா பேசிக் கொண்டிருந்தார்.

கால்கள் கைகளாக மாறின

“பிறக்கும்போதே நான் கைகள் இல்லாமல் இருப்பதைப் பார்த்த

என் பெற்றோர் முதலில் மனம் உடைந்து அழுதனர். பிறகு அந்த குறையே எனக்குத் தெரியாமல் வளர்க்க முடிவு செய்தனர். பள்ளியில் மற்றவர்கள் எல்லா வேலைகளையும் கைகளால் எளிதில் செய்யும்போது என்னால் செய்ய முடியவில்லை என்று வேதனைப்பட்டேன். என் தோற்றத்தைப் பார்த்து எல்லோரும் கிண்டல் செய்து ஒதுக்கிய போது நான் தனிமையில் மனம் வருந்தி அழுதேன். அப்போது உன்னுடைய அனுமதி இல்லாமல் உன்னை யாரும் காயப்படுத்தவோ, சிறுமைப்படுத்தவோ முடியாது என்று என் அம்மா சொன்னது என் வாழ்க்கையே மாற்றி போட்டது.

அன்றிலிருந்து பிறரின் வார்த்தைகள் என்னைப் பாதிக்க நான் அனுமதிக்கவில்லை. கைகளால் செய்யக்கூடிய எல்லா வேலைகளையும் கால்களாலயே செய்ய எனக்குப் பயிற்சி அளித்தார்கள். இருப்பினும் மற்றவர்கள் என்னை வித்தியாசமாகப் பார்ப்பதைத் தவிர்க்க செயற்கை கைகளை பொருத்தினார்கள். அது மிக பாரமாகவும் பயன்படுத்த சிரமமாகவும் இருந்தது. இருப்பினும் 13 வயதுவரை அதைப் பயன்படுத்தினேன். அதன் பிறகு எனக்கு பாரமாக இருக்கும் செயற்கை கைகளை மற்றவர்களின் விமர்சனத்திற்குப் பயந்து சுமக்க வேண்டாம் என்று முடிவெடுத்தேன்.

உனக்கு கைகள் இல்லை, அதனால் இதை உன்னால் செய்ய முடியாது என்று பிறர் சொன்ன எல்லா காரியங்களையும் செய்து காட்டினேன். டேக்வாண்டோ என்ற தற்காப்பு கலையைக் கற்று மாநில அளவிலான போட்டிகளில் வென்றேன். ஒரு நிமிடத்திற்கு 30 வார்த்தைகள் கால்களாலேயே டைப்பிங் செய்தேன். ஸ்கூபா டைவிங், சர்ஃபிங் செய்ய கற்றுக் கொண்டேன். சாரணர் குழு, மலையேறும் குழு என பல குழுக்களில் செயல்பட்டேன்.

விமானம் ஓட்டியது எப்படி?

சைக்கிள் ஓட்ட, கார் ஓட்ட கற்றுக் கொண்டேன். விமானியாக பயிற்சி எடுத்தேன். ஆனால், தனியாக விமானம் ஓட்ட வேண்டும் என்றதும் பயம் வந்தது. என்னுடைய பயத்தைப் போக்க என்னால் மட்டுமே முடியும் என்று உணர்ந்ததும், துணிந்து கால்களால் விமானத்தை ஓட்டினேன்.

நான்காயிரம் அடி உயரத்தில் விமானம் பறந்து கொண்டிருந்தபோது தான், ஆஹா! நான் தனியாக விமானம் ஓட்டி சாதித்து விட்டேன் என்ற பெருமிதம் வந்தது. அதன் பிறகுதான் கரங்களே இல்லாமல் கால்களால் விமானம் ஓட்டி சாதித்து இருக்கிறேன் என்ற உண்மை என் மூளைக்கு உரைத்தது.

இந்த சாதனைகள் எதுவும் எளிதில் நடந்துவிடவில்லை. எதையும் கற்றுக்கொள்ள பிறருக்கு ஆகும் நேரத்தை விட எனக்கு பல மடங்கு அதிக நேரம் ஆனது. ஆனால், எதற்காகவும் நான் சோர்ந்து போனதில்லை. எதை என்னுடைய குறையாக மற்றவர்கள் பார்த்தார்களோ அதையே என்னுடைய பலமாக மாற்றிக் கொண்டேன்.

பிறர் எனக்கு அங்கீகாரம் தராதபோது என்னை நானே அங்கீகரித்துக் கொண்டு என் திறமைகளைத் தொடர்ந்து வளர்த்துக் கொண்டேன். பிறகு தானாக மற்றவர்களின் அங்கீகாரமும் வரத் தொடங்கியது. ஒவ்வொருவருக்கும் ஏதோ ஒரு குறை இருக்கலாம். அதற்காக தன் மீது சுய பரிதாபம் கொண்டு இந்த உலகத்திற்கு நான் தகுதியானவர் இல்லை என்று தன்னைப் பற்றி குறைவாக மதிப்பிடுவது தவறு.

பிறரின் எதிர்பார்ப்புகளுக்கு ஏற்ப உங்களை மாற்றிக் கொள்ள நினைப்பது செருப்புக்கு ஏற்ப நம் கால்களைச் செதுக்கி கொள்வது போன்றது. உங்கள் கால்களுக்கு ஏற்ற செருப்பை அணிவதுதானே நீங்கள் சிறப்பாக நடக்க உதவும். கைகளே இல்லாத என்னால் இவ்வளவு சாதிக்க முடியும் என்றால் என்னை விட உங்களால் மிகக் குறைந்த காலத்தில் பல சாதனைகளைப் படைக்க முடியும். எனவே உங்களைக் கேலி செய்பவர்கள் மீது கோபப்படுவதை விட்டுவிட்டு வலிகளை வாய்ப்பாக பார்த்தால் சவால்களைச் சாதனையாக்க முடியும்.

சாலையே இல்லாத காட்டு வழியில் பலரும் நடக்க நடக்கத்தான் பாதை உண்டாகும். பிறருக்கான நம்பிக்கை தரும் வெற்றிப்பாதையை உருவாக்குவதில் என்னோடு இணைந்து கொள்ளுங்கள். நன்றி" என்று ஜெசிக்கா காக்ஸ் பேசி முடித்ததும் அரங்கில் இருந்தவர்கள் மட்டுமல்ல வீடியோவைப் பார்த்துக் கொண்டிருந்த மாணவ மாணவியரும் எழுந்து நின்று கரகோஷம் செய்தனர். இதைப் பற்றி யாராவது பேச விரும்பினால் பேசலாம் என்றதும் பலரும் கைகளை உயர்த்தினர். ஜமீலாவை பார்த்தார் சரவணன். அவளது கண்களில் ஒளி தெரிந்தது.

திறமை மட்டுமல்ல சமூக அக்கறையும் முக்கியம் 20

நம்மால் உலகை மாற்ற முடியாது. ஆனால் மாற்றத்திற்கான சிறு பங்களிப்பை அளிக்க முடியும்.

- **ரொனால்டோ**

பத்தாம் வகுப்பறைக்குள் நுழைந்த கணித ஆசிரியரான சுதன் பல இருக்கைகள் காலியாக இருப்பதைப் பார்த்து என்ன இன்னைக்கு நிறைய பேர் வரலையா? என்றார்.

ஆமா சார், நேத்து நைட் ஃபுட்பால் மேட்ச் பார்த்துட்டு லேட்டா தூங்கி இருப்பானுங்க என்றான் முத்து.

எனக்கும் கால்பந்து பிடிக்கும், நானும் கொஞ்ச நேரம் பார்த்தேன். அப்புறம் காலைல பள்ளிக்கு வர தாமதமாகிடும்னு தூங்கிட்டு, காலைல ஹைலைட்ஸ் பார்த்தேன்.

சார் உங்களுக்கு ஃபுட்பால் வீரர்களில் யாரை ரொம்ப பிடிக்கும்?

திறமை அடிப்படையில மட்டும்னா ரெண்டு மூணு பேரைப் பிடிக்கும். ஆனா திறமை, மனிதநேய பண்புகள், பழக்க வழக்கங்கள் அடிப்படையில் போர்ச்சுக்கல் வீரர் கிறிஸ்டியானோ ரொனால்டோவை ரொம்ப பிடிக்கும்.

அப்படியென்ன நல்ல விஷயங்கள் அவர் கிட்ட இருக்கு சார்?

வறுமையால் ரொனால்டோ வயிற்றிலிருந்த போதே கலைக்க முற்பட்ட அவரது தாய் பிறகு அந்த எண்ணத்தைக் கைவிட்டார். சின்ன பையனா இருந்தப்ப கால்பந்து மைதானத்தில் வேலை பார்த்த அப்பாவுடன் செல்லும் போது கால்பந்து விளையாட்டை வேடிக்கை பார்த்து அதன் மீது ரொனால்டோவுக்கு தணியாத ஆர்வம் ஏற்பட்டது.

வறுமையுடன் கால்பந்தாட்டம்:

ஏழு வயதில் தந்தை வேலை பார்த்து வந்த உள்ளூர் கிளப்பில் விளையாட வாய்ப்பு கிடைத்தது. கோல் அடித்து வெற்றி பெறுவதில் கிடைக்கும் மகிழ்ச்சியைவிட தன் ஆட்டத்தைக் கண்டு தன் தந்தை அடையும் மகிழ்ச்சி அவருக்கு பெரிய ஊக்கமாக அமைந்தது. சீனியர் மாணவர்களின் லாக்கர்களைச் சுத்தம் செய்யும் வேலையைத் தந்தை செய்து வந்ததை உடன் விளையாடுபவர்கள் கிண்டல் செய்தனர்.

அப்போதும் கிண்டல் செய்தவர்களோடு சண்டை போடவில்லை. ஒரே ஒரு அறை கொண்ட வீட்டில் ஆறு பேர் தங்க வேண்டிய வறுமை. மூன்று வேளை சாப்பாட்டுக்கு வழியில்லை. விளையாட நல்ல ஷூ இல்லை. இருந்தாலும் மனம் தளராமல் சிந்தனை முழுவதும் கால்பந்தில் தன் திறமையை வளர்த்துக் கொள்வதிலேயே இருந்ததால் 11 வயதில் போர்ச்சுகல் அணிக்கு விளையாட வாய்ப்பு கிடைத்தது.

15 வயதில் சீரான இதயத்துடிப்பு இல்லை, தொடர்ந்து விளையாடினால் உயிருக்கு ஆபத்து என எச்சரிக்கப்பட்டார். இருப்பினும் அறுவைசிகிச்சை முடித்து, டேவிட் பெக்காமின் 7-ம் எண் ஜெர்சியைப் பெற்று, அவர் செய்த சாகசங்களால் சிஆர் 7 என்றே அழைக்கப்பட்டார். 2006-ல் குடி நோய்க்கு ஆளாகி அவரது தந்தை இறந்த போது ரஷ்யாவிற்கு எதிரான தகுதி சுற்றில் விளையாட வேண்டியிருந்தது. உலக கோப்பை போட்டியில் போர்சுகல்லுக்கு அது முக்கியமான விளையாட்டு. நான் கால் பந்தாட்டத்தில் சாதிக்க வேண்டும் என்பதே என் தந்தையின் கனவு, அதை நான் நிறைவேற்றியே தீருவேன் என்று தந்தையின் கனவுகளைச் சுமந்து களத்தில் இறங்கினார்.

தங்க காலணி விருது:

அவரது உணர்வுப்பூர்வமான ஆட்டம் பார்த்துக் கொண்டிருந்தவர்களை மட்டுமல்ல எதிரணியினரின் மனங்களையும் ஈரமாக்கியது. 2007, 2008 ஆண்டுகளில் அதிக கோலடித்தவர் என்ற பெருமை பெற்று தங்க காலணி விருது பெற்றார். அவரது அணி பிரிமியர் லீக் போட்டிகளில் தொடர்ந்து மூன்று முறை வென்றது.

சமூக வலைத்தளங்களில் அதிகமான ரசிகர்களால் பின் தொடரப்பட்டவர் என்ற பெருமையும், முகநூலில் அதிக விருப்பக்குறி பெற்று கின்னஸ் சாதனை படைத்த பெருமையும் இவருக்கு உண்டு. உலகக் கோப்பை போட்டியிலும் கானாவுக்கு எதிரான போட்டியில் முதல் கோல் அடித்து அதன் மூலம் ஐந்து வெவ்வேறு உலகக்கோப்பை தொடர்களில் முதல் கோல் அடித்த வீரர் என்ற சாதனையையும் படைத்தார். ஐந்து முறை பாலன் டி ஓர் விருதையும் பெற்றதோடு உலகிலேயே அதிக தொகைக்கு ஒப்பந்தமானார்.

சார், மெஸ்ஸி ஆறு முறை இதே பாலன் டி ஓர் விருதை வாங்கி இருக்கிறாரே என்றான் மோசஸ். உண்மைதான் ஆனாலும் உலக பிரபலங்களின் பட்டியலில் மெஸ்ஸியை விட ரொனால்டோ முன்னிலையில்

இருக்க திறமை மட்டும் காரணமல்ல. அவரது சமூக அக்கறையும் மிகப்பெரிய காரணம். விளையாட்டு வீரர்களின் உடல் முழுவதும் பச்சை குத்தி இருப்பதை பார்த்திருப்பீர்கள். ஆனால், இவரது உடலில் பச்சை குத்தி இருக்காது. காரணம் இவர் ஆறு மாதத்திற்கு ஒருமுறை ரத்த தானம் செய்பவர். 2013-ல் தனக்கு கிடைத்த பாலன் டி ஓர் விருதை ஏலத்திற்கு விட்டு அதன் மூலம் கிடைத்த 50 கோடி ரூபாயை கொடிய நோய்களால் பாதிக்கப்பட்ட குழந்தைகளின் சிகிச்சைக்காக கொடுத்தார்

இவர் தாய் புற்றுநோயால் துன்பப்பட்டதைக் கண்டு வேறு யாரும் அவரை போல சிரமப்பட கூடாது என்று அவருடைய சொந்த ஊரில் உள்ள மருத்துவமனைக்குப் புற்றுநோய் சிகிச்சைக்காக பல கோடி ரூபாய் நன்கொடை கொடுத்தார். 2015 நேபாள் பூகம்பத்தில் பாதிக்கப்பட்டவர்களுக்கு 40 கோடி ரூபாய் தந்தார். அமேசானில் காட்டுத்தீ ஏற்பட்ட பொழுது சுற்றுச்சூழலைப் பாதுகாக்க வலியுறுத்தினார்.

தன் அசாத்திய திறமையால் உலகையே திரும்பிப் பார்க்க வைத்த ரொனால்டோவைப் பெருமைப்படுத்தும் விதமாக அவர் பிறந்த தீவான மதினாவில் உள்ள விமான நிலையத்திற்குக் கிறிஸ்டியானோ ரொனால்டோ என அந்த நாட்டு அரசு பெயர் சூட்டியது. கருவாக இருந்த போதே கலைக்கப்பட்டிருக்க வேண்டிய ரொனால்டோ இன்று கோடிக்கணக்கான ரசிகர்களின் இதயத்தில் கலைக்க முடியாத நம்பிக்கை கனவுகளை விதைக்கும் ஆதர்ச நாயகனாக வலம் வருகிறார்.

நீங்க சொன்னது உண்மைதான் சார். மத்த வீரர்கள் விளையாட்டுல திறமைசாலிகளா இருந்தாலும் இவர்தான் சமுதாயத்துக்கு நிறைய நல்ல விஷயங்களைப் பண்ணி முன்னுதாரணமா இருக்கார். இவர்கிட்ட நாங்க கத்துக்க வேண்டிய நல்ல விஷயங்கள் நிறைய இருக்கு சார் என்றான் இஸ்மாயில்.

மறதிக்குக் காரணம் என்ன? 21

நீ எதை நினைக்கிறாயோ அதுவாக ஆகிறாய். உன்னை வலிமை உள்ளவன் என்று நினைத்தால் வலிமை படைத்தவன் ஆவாய். என்னால் எதையும் சாதிக்க முடியும் என்று எப்போதும் சொல்.

- **விவேகானந்தர்**

சித்தி வந்துட்டாங்க என்று உற்சாகம் ததும்ப மாணிக்கம் அழைப்பதைக் கேட்டு சமையல் அறையில் இருந்து வெளியே வந்த மலர் தங்கை லதாவை வரவேற்றார். லதா சித்தியை மாணிக்கத்திற்கு ரொம்ப பிடிக்கும். தன் பெற்றோருடன் பேச தயங்கும் விஷயங்களைக் கூட சித்தியுடன் சகஜமாக பேசுவான்.

காபியுடன் சற்று ஓய்வாக மூவரும் அமர்ந்து பேசிக் கொண்டிருந்தனர். மாணிக்கம் மூன்று வருஷம் ஆச்சு உன்ன பார்த்து; நல்லா வளர்ந்துட்ட. சரி, உன் படிப்பு எல்லாம் எப்படி இருக்கு என்றார் லதா.

உடனே மலர் ஆமா, ஆள் மட்டும் தான் வளர்ந்துட்டே போறான். அறிவு குறைஞ்சுகிட்டே போகுது. முன்னாடி 80, 90 மார்க் வாங்கினவன் இப்ப பாஸ் ஆகுறதே பெரிய விஷயமா இருக்கு. கேட்டா, படிச்சதெல்லாம் எக்ஸாம்ல மறந்துடுச்சுன்னு சொல்றான். தூங்குறதுக்கு முன்னாடி கூட போனையே பாத்துட்டு இருந்தா படிச்சது எங்க

ஞாபகத்துக்கு வரும்? ஒன்பதாவது வந்துட்டான் அடுத்த வருஷம் பப்ளிக் எக்ஸாம் எழுதணும். நீயாவது அவனுக்கு புத்தி சொல்லு என்று புலம்பினாள் மலர்.

ஆரம்பிச்சிட்டீங்களா, என்ன பத்தி குறை சொல்லலனா உங்களுக்குத் தூக்கமே வராதே என்று குரலை உயர்த்தினான் மாணிக்கம்.

சூழல் சூடாவதை உணர்ந்த லதா,சரி மாணிக்கம் வா நம்ம காலாற நடந்துட்டு வரலாம் என்று அவனை அழைத்துக் கொண்டு வெளியேறினாள்.

நடந்தவாறே, இப்ப கிரிக்கெட் கிளாசுக்கெல்லாம் போறியா என்று கேட்டார்.

தல தோனின்னா!

இல்ல சித்தி கரோனா வந்ததும் கிளாஸ் மூடிட்டாங்க. அடுத்த வருஷம் பத்தாவது போக போற, ஒழுங்கா படிப்ப பாரு கிரிக்கெட்ட அப்புறம் பாத்துக்கலாம்ன்னு அம்மா சொல்லிட்டாங்க என்று வருத்தத்துடன்

சொன்னான் மாணிக்கம். அடடா! சின்ன வயசுல இருந்து தோனி மாதிரி ஆகப் போறேன்னு சொல்லுவியே; தோனின்னா உனக்கு ரொம்ப பிடிக்கும் இல்ல என்று கேட்டார் லதா.

என்ன பிடிக்குமா! தல தோனின்னா எனக்கு உயிர் சித்தி என்றவன், தோனியின் வறுமையான இளமைக்காலம், அவரது ஹெலிகாப்டர் ஷாட், இந்திய அணிக்குள் வந்து அவர் படைத்த சாதனைகள், உலக கோப்பையை வென்றது, பெற்ற விருதுகள், கூல் கேப்டனாக விளங்கியது, சிஎஸ்கேக்கு விளையாடியது என அரை மணி நேரம் தோனியின் பெருமைகளைப் பேசிக்கொண்டே வந்தான்.

இருவரும் ஒரு பூங்காவில் நுழைந்து அமர்ந்தனர். மெதுவாக படிப்பைப் பற்றி ஆரம்பித்தார் லதா. சரி, முன்னாடி நல்லா படிச்சிக்கிட்டு இருந்தியே இப்ப என்ன ஆச்சு? மார்க் குறையறதுக்கு என்ன காரணம்னு நினைக்குற? நல்லாதான் சித்தி படிக்குறேன், ஆனா எக்ஸாம்ல எதுவுமே ஞாபகம் வர மாட்டேங்குது.

மாணிக்கம் மறதி இருந்தால் எல்லா விஷயமும் மறந்து போகணும் இல்லையா? நாம வீட்ல இருந்து கிளம்பி இங்க வர அரை மணி நேரம் ஆச்சு. இந்த அரை மணி நேரம் தோனிய பத்தி பேச முடியுற அளவுக்கு தகவல்களை ஞாபக வச்சுக்க முடியுதுன்னா, அதுல இருக்கிற ஆர்வம்தான காரணம். அதே ஆர்வத்தோட கவனமா, புரிஞ்சு படிச்சா பாடத்தையும் உன்னால நல்லா ஞாபகம் வச்சு எழுத முடியும். ஆமா, அம்மா ஏதோ நீ தூங்கும்போது கூட போனை வச்சு பார்த்துகிட்டு இருக்கேன்னு சொல்றாங்களே அது உண்மையா?

இரவா, பகலா என்கிற குழப்பம்:

சற்று தயங்கியவன் பிறகு ஆமா சித்தி, டியூஷன் போயிட்டு வந்து கொஞ்ச நேரம் விளையாடலாம்னு போன எடுப்பேன். அம்மா திட்டுனா, சரி தூங்குறேன்னு போர்வையைப் போர்த்திகிட்டு, போனை உள்ள வெச்சி விளையாடிட்டு இருப்பேன். தப்புன்னு தெரியுது. மூணு வருஷமா பழகிடுச்சா, விடமுடியலை என்றான். படிக்கிறது எல்லாம் உனக்கு மறந்து போறதுக்கு இது ஒரு முக்கியமான காரணம் மாணிக்கம். எப்பவும் தூங்குறதுக்கு முன்னாடி நாம என்ன பார்க்கிறோமோ, இல்ல என்ன நினைக்கிறோமோ அதை பத்திதான் நம்ம மூளை இரவு முழுவதும் யோசிச்சிட்டு இருக்கும்.

அதனால, நீ படிச்சது மறந்துபோய் விளையாடிய விளையாட்டுதான் ஞாபகத்துல இருக்கும். போனோட வெளிச்சம் இது இரவா பகலா என்ற ஒரு குழப்பத்தை மூளைக்கு ஏற்படுத்துவதால் இரவில் சுரக்க வேண்டிய மெலனின் என்ற ஹார்மோன் சுரக்கிறது குறைஞ்சிடும். ஞாபகமறதிக்கு இதுவும் ஒரு முக்கியமான காரணம்.

ஆன்லைன் விளையாட்டுக்கள்ல கிடைக்கிற ரிவார்டுகளால மூளையில் டோபோமின் என்ற ஹார்மோன் சுரந்து அடுத்தடுத்த லெவெலுக்கு போக தொடர்ந்து விளையாட வைக்கும். நேரம் போறதே தெரியாம விளையாடுற அளவுக்கு நம்மை அடிமையாக்கிடும். இரவுல தூக்கம் கெடுவதால மூளை சோர்வாகிடும். வகுப்பில் கவனிக்க முடியாது. கவனிக்காததால பாடம் எதுவும் புரியாது. புரியாம படிக்கிறதால படிச்சத ஞாபகம் வச்சுக்க முடியாது.

ஓ! இதுல இவ்வளவு விஷயம் இருக்கா சித்தி. சரி இந்த பழக்கத்தை விடனும்னா என்ன பண்ணனும்?

தூங்குறதுக்குக் குறைஞ்சது ஒரு மணி நேரத்துக்கு முன்னாடி டிவி, போன் போன்ற எந்த கேட்ஜெட்டையும் பயன்படுத்தக் கூடாது. வேணும்னா ஸ்கூல்ல இருந்து வந்ததும் ஒரு அரை மணி நேரம் விளையாடு. அதைவிட உனக்குப் பிடிச்ச கிரிக்கெட்டை கிரவுண்ட்ல போய் விளையாடினா உடம்புக்கும் மனசுக்கும் நல்லது. உடம்பில் ரத்த ஓட்டம் அதிகரிக்கும். நான் அம்மா கிட்ட சொல்லி மறுபடியும் உன்னைக் கிரிக்கெட்ல சேர்த்துவிட சொல்றேன்.

என் செல்ல சித்தி, என்று சித்தியைக் கட்டிப்பிடித்துக் கொண்டான் மாணிக்கம். என்னை கிரிக்கெட் விளையாட விட்டா நான் ஏன் போன்ல கேம் விளையாட போறேன்?

அதே சமயம் படிக்கவும் நேரம் ஒதுக்கி படிச்சி மார்க் எடுத்துடணும் சரியா.

சரி சித்தி. ஆனா எப்படி படிச்சா மறக்காம இருக்கும்? ஏதாவது டிப்ஸ் சொல்லுங்களேன்.

சொல்றேன், என்று ஆரம்பித்தார் லதா.

மூளை ஒரு சூப்பர் கம்ப்யூட்டர் 22

மனித உடல் எடையில் 2% மட்டுமே உள்ள மூளையில் 86 பில்லியன் முதல் 100 பில்லியன் நியூரான்கள் உள்ளன. மூளையில் 2,500,000 ஜிகாபைட் அளவுள்ள தகவல்களைச் சேமிக்க முடியும்.

பெரிய கிளாஸ் வர வர பதில் எல்லாம் ரொம்ப பெருசா இருக்கு, அதைப் பார்த்தாலே பயமா இருக்கு சித்தி. இவ்வளவு பெருசா படிச்சாலே எப்படியும் மறந்துடும் எதுக்கு படிக்கணும்னு தோணுது; என்ன பண்றது சித்தி என்று மாணிக்கம் கேட்டான்.

பயமும் அவநம்பிக்கையும் மறதியோட முக்கியமான நண்பர்கள். நல்ல நினைவாற்றல் வேணும்னா "என் ஞாபக சக்தி ஒவ்வொரு நாளும் அதிகரிச்சுக்கிட்டே இருக்கு" என்ற ஆழ்மன கட்டளையைத் (*auto suggestion*) திரும்பத் திரும்ப சொல்லி மனசுல பதிய வைக்கணும். சினிமாவில் திரையில பாக்குற படம் மறக்காமல் இருக்கிற மாதிரி பாடத்தையும் ஒரு கதையா மாத்தி மனத்திரைல பார்த்தா மறக்கவே மறக்காது. உதாரணத்துக்கு, நாம பயன்படுத்தும் பழங்கள் உணவுப் பொருட்களில் என்னென்ன அமிலம் இருக்குன்னு உங்க சயின்ஸ் புக்கில் ஒரு கேள்வி இருக்கு இல்லையா?

ஆமா சித்தி அதை எப்ப பாத்தாலும் மாத்தி மாத்தி எழுதிடுவேன்.

ரோபோ செய்த சேட்டை:

சரி நான் இப்ப சொல்லித்தர மாதிரி படிச்சா மறக்காது. கண்ண மூடிட்டு நான் சொல்றத அப்படியே சினிமா மாதிரி மனசுல காட்சிப்படுத்தி பாரு. மாலிக்னு ஒரு விஞ்ஞானி இருந்தாரு. அவருக்கு ஆப்பிள் சாப்பிடணும்னு ஆசையா இருந்துச்சு. அவரு ஒரு ரோபோவை உருவாக்கி இருந்தார். எந்திரன் படத்தில் வந்த ரோபோ பேரு என்ன?

சிட்டி.

கரெக்ட், இந்த ரோபோ பேரு சிட்ரிக். மாலிக் சிட்ரிக்க கூப்ட்டு ஃப்ரிட்ஜ்ல ரவுண்டா ஆப்பிள் இருக்கும், போய் எடுத்துட்டு வான்னு சொன்னாரு.

அது போயி எலுமிச்சம் பழத்தை எடுத்துட்டு வந்துச்சு. உடனே மாலிக் இது இல்ல; சிவப்பு கலர்ல ரவுண்டா இருக்கும்னாரு. ரோபோ போயி தக்காளிய எடுத்துட்டு வந்துச்சு. கோவத்துல தக்காளியைத் தூக்கி வீசி எறிஞ்சார். வாசல்ல நின்ன ஒரு எருது அதை சாப்பிட்டுடுச்சு.

விஞ்ஞானி, ரோபோகிட்ட நல்லா தேடி பாரு உள்ள ரவுண்டா இருக்கும்ன்னு சொன்னாரு. அது திரும்பவும் போய் தேடிப் பாத்துட்டு ஒரு திராட்சைக்குலை வரைந்திருந்த படத்தைக் கொண்டு வந்து கொடுத்துச்சு. விஞ்ஞானிக்கு பயங்கர கோபம் வந்து திராட்சை படத்தை டாரு டாரா கிழிச்சு போட்டாரு. சரி இந்த கிறுக்கு ரோபோ வேலை செய்ய லாய்க்கு இல்லைன்னு அவரோட பொண்ணு வினிய கூப்பிட்டாரு. வினி எட்டிப் பார்த்தா. வினியோட முகத்துல ஏதோ அசிங்கமா இருந்துச்சு. ஏம்மா உன் முகம் இப்படி இருக்குன்னு கேட்டா, நான் முகத்துக்கு தயிர் போட்டேன் அது எனக்கு லாக்டோ கேலமைன் எஃபெக்ட் கொடுக்கும்னு சொன்னா.

சரி மாணிக்கம், திரும்ப கண்ண மூடிகிட்டு நான் சொன்ன கதையை நினைவு படுத்தி பாரு. நான் கேட்கிற கேள்விக்கு பதில் சொல்லு.

மாலிக் என்ன சாப்பிட நினைச்சாரு?

மாலிக் ஆப்பிள் சாப்பிட நினைச்சாரு.

ஆப்பிள்ல மாலிக் அமிலம் இருக்கு.

சிட்ரிக் போய் என்ன கொண்டு வந்துச்சு?

சிட்ரிக் போய் எலுமிச்சம் பழம் கொண்டு வந்துச்சு.

எலுமிச்சம் பழத்தில் சிட்ரிக் அமிலம் இருக்கு.

தக்காளியை எது சாப்பிட்டது?

தக்காளியை ஆக்ஸ் (எருது) சாப்பிட்டுச்சு.

தக்காளில ஆக்சாலிக் அமிலம் இருக்கு.

திராட்சைப் பழம் வரைஞ்சிருந்த பேப்பரை என்ன பண்ணாரு?

திராட்சை பழம் வரைச்ச படத்தை டாரு டாரா கிழிச்சி போட்டாரு.

திராட்சைல டார்ட்டாரிக் அமிலம் இருக்கு.

வினியோட முகம் எப்படி இருந்துச்சு?

வினியோட முகம் அசிங்கமா இருந்துச்சு. வினிகரில் அசிட்டிக் அமிலம் இருக்கு.

தயிர் எப்படி ஆக்கும்னு அவரோட பொண்ணு சொன்னா?

தயிர் லாக்டோ கேலமைன் போட்ட மாதிரி ஆக்கும்னு சொன்னா.

தயிர்ல லாக்டிக் அமிலம் இருக்கு.

வெரி குட் மாணிக்கம், கண்ண தொற. இனிமே எதுல என்ன அமிலம் இருக்குன்னு கேட்டா மறப்பியா?

வாவ்! சித்தி ஜென்மத்துக்கும் மறக்க மாட்டேன்.

தொடர்பு படுத்தினால் சுலபம்:

குட், இப்படி உன் பாடங்களைக் கதையா மாத்திக்கிட்டா மறக்காம எக்ஸாம்ல எழுதி மார்க் வாங்கிடலாம். அறிவியல்ல முன்னேற்றம் வரவர நம்ம மூளைக்கு வேலையே கொடுக்காமல் அதை சோம்பேறி ஆகிட்டோம்.

செல்போன் வந்த பிறகு நம்ம வீட்ல இருக்குறவங்களோட போன் நம்பரை கூட நினைவுல வச்சுக்காம எல்லாத்தையும் போன்ல ஸ்டோர் பண்ணி வைக்கிறதுனால மூளையோட நினைவாற்றல் குறைந்து போகுது. தெரிஞ்ச விஷயத்தைத் தெரியாத விஷயத்தோடு தொடர்புபடுத்திப் பார்த்தா அது மறக்காது. உதாரணத்துக்கு 9102470815 இந்த போன் நம்பரை நம்ம வசதிபடி 2 அல்லது 3-ஆ பிரிச்சுக்கிட்டு தெரிஞ்ச விஷயங்களோட தொடர்புபடுத்திப் பாக்கணும்.

பொதுவா போன் நம்பர் ஒன்பதுலதான் ஆரம்பிக்கும் இல்லையா. அடுத்து அக்டோபர் இரண்டாம் தேதி காந்தி பிறந்தநாள். சுதந்திரம் கிடைத்தது 47-ம் ஆண்டு, ஆகஸ்ட் 8வது மாதம் 15ஆம் தேதி.

சூப்பர் சித்தி எவ்வளவு நம்பரை இப்படி ஞாபகம் வச்சுக்க முடியும்?

தொடர்ந்து பயிற்சி செஞ்சிக்கிட்டே இருந்தா ஒரு கம்ப்யூட்டரை விட அதிகமான தகவல்களை நம்ம மூளையில் சேமிச்சு வைக்க முடியும்.

தேங்க்ஸ் சித்தி, இனி என்னால படிச்சதெல்லாம் ஞாபகம் வைத்து நல்ல மார்க் எடுக்க முடியும் என்ற நம்பிக்கை வந்திருச்சு.

அவமானப்படுத்தியவர்களை ஆச்சர்யப்பட வையுங்கள்

23

மக்கள் உங்கள் மீது கற்களை வீசுகிறார்கள் என்றால் நீங்கள் அவற்றை மைல்கற்களாக மாற்றுங்கள்.

- சச்சின் டெண்டுல்கல்

தன் அறை வாசலில் ஆசிரியர் தங்கராஜும் அவருக்குப் பின்னே ஒரு மாணவனும் நிற்பதைப் பார்த்த தலைமை ஆசிரியர் ஜான் சேவியர், என்ன சார், என்ன விஷயம் என்று கேட்டார்.

சார், இவன் 10-வது படிக்குறான். எப்ப பாத்தாலும் யாரோடயாவது சண்டை போட்டு ரத்த காயம் ஆகுற மாதிரி அடிச்சிடுறான். போன வாரம் ஒரு பையன அடிச்சிட்டான்னு அவன் அப்பா வந்து சண்டை போட்டார். இன்னைக்கு இன்னொரு பையனோட சண்டை போட்டு அவன் மூக்கில் இருந்து ரத்தம் வருது. அதான் நீங்க கண்டிப்பீங்கன்னு உங்ககிட்ட கூட்டிட்டு வந்தேன் சார்.

சரி, நீங்க போங்க நான் பாத்துக்குறேன். தேங்க்யூ சார் என்று சொல்லிவிட்டு அவர் சென்றதும், தம்பி உன் பேர் என்ன? சச்சின் சார் என்றான் தலை குனிந்தபடி.

சச்சின்னு பேர் வச்சுக்கிட்டு சச்சினுக்கு நேர் எதிரா நடந்துக்குறியே! சரி ஏன் அவனை அடிச்ச?

சார், எனக்குக் கணக்கு சரியா வராது இன்னைக்கு டெஸ்ட்ல ஜீரோ மார்க் வாங்கிட்டேன். அவன் என்னை டக் அவுட் சச்சின்னு மத்த பசங்க முன்னாடி கிண்டல் பண்ணான். அதான் கோவத்துல அடிச்சிட்டேன். சாரி சார் இனிமே இப்படி செய்ய மாட்டேன்.

பலமுறை யோசிக்கணும்:

சச்சின் நாம செய்யும் எந்த காரியத்துக்கும் உரிய விளைவை நாம சந்திச்சுதான் ஆகணும். அதனால எந்த செயலையும் செய்யறதுக்கு முன்னாடி ஒரு தடவைக்குப் பத்து தடவை யோசிக்கணும். யோசிக்காம செய்துட்டு பிறகு வருத்தப்படுறதுல பிரயோஜனம் இல்லை. நம்மள யாராவது கிண்டல் பண்ணா அதுக்கு காரணம் என்ன என்பதைப் பார்க்கணும்.

நம்மகிட்ட மாத்திக்க வேண்டிய விஷயம் எதாவது இருந்தா அத நாம மாத்திக்கிட்டா திரும்ப அப்படி யாரும் கிண்டல் பண்ண மாட்டாங்க. கணக்கு புரியலைன்னா டீச்சர்ட்டயோ, உன் நண்பர்கள்ட்டயோ கேட்டு கத்துக்கோ. ஆர்வமும் முயற்சியும் இருந்தா எதையும் கத்துக்க முடியும். சரி, சொன்ன வார்த்தையைக் காப்பாத்து இனிமே இப்படி யாரையும் அடிக்காதே சரியா.

நிச்சயமா இன்னொரு தடவை இப்படி உங்க முன்னாடி வந்து நிக்க மாட்டேன் சார்.

சரி, கிளாஸ்க்கு போ. தேங்க்யூ சார் என்று வெளியே போக எத்தனித்தவன், சார்... என்று தயங்கியபடி நின்றான். என்ன என்பது போல் அவனைப்

பார்த்தார் ஜான்.

சச்சினுக்கு நேர்மாறா நடந்துக்குறேன்னு சொன்னிங்களே, அவரை யாராவது இப்படி முகத்துக்கு நேரா கிண்டல் பண்ணா அவருக்கு கோபம் வராதா சார் என்றான்.

சச்சின் போட்ட ஆட்டோகிராப்:

அதைக் கேட்டு சத்தமாக சிரித்தவர் பரவாயில்லையே! தைரியமா கேள்வி கேக்குறியே என்று தன் மேசை மீது இருந்த ஒரு சாக்லேட்டை எடுத்து அவனுக்குக் கொடுத்தார்.

சச்சின் எப்போதுமே எப்பேர்ப்பட்ட சூழ்நிலையிலும் கோபப்படவே மாட்டார். 2007-ல் இந்தியாவுக்கும் ஆஸ்திரேலியாவுக்கும் எதிரா நடந்த முழுநாள் கிரிக்கெட் போட்டியில் முதலில் ஆடிய ஆஸ்திரேலியா 290 ரன் எடுத்தது. 291 எடுத்தா வெற்றி பெற முடியும் என்ற நிலையில் இந்தியா ஆடிய போது 24வது ஓவரில் சுழல் பந்துவீச்சாளரான பிராட்ஹாக்கின் பந்தில் சச்சின் கிளீன் போல்ட் ஆனார். சச்சினை அவுட் செய்த மகிழ்ச்சியில் ஹாக் துள்ளி குதித்து தன் உடல் மொழியால் அவரை வெறுப்பேற்றினார். பிறகு விளையாட வந்தவர்கள் அடுத்தடுத்து அவுட் ஆகவே இந்தியா 243 ரன் எடுத்து தோற்றுப்போனது.

பிராட் ஹாக் எப்போதும் தான் அவுட் செய்தவர்களிடம் ஆட்டோகிராப் வாங்குவது வழக்கம். அதனால் சச்சினின் அறைக்குச் சென்று ஆட்டோகிராப் கேட்டார். வேறு யாராக இருந்தாலும் அவரைத் திட்டி சண்டை போட்டிருப்பார்கள். சச்சினோ எந்த விதமான வெறுப்புணர்ச்சியும் காட்டாமல் புன்னகையோடு அவரை வரவேற்று உட்கார வைத்தார். ஆட்டோகிராப் போட்டுக் கொண்டே ஹாக், இனி இப்படி என்னிடம் ஆட்டோகிராப் வாங்கும் வாய்ப்பு உங்களுக்குக் கிடைக்காது என்று கூறி அவரை வழி அனுப்பி வைத்தார்.

இந்த நிகழ்ச்சிக்குப் பிறகு சச்சினும் பிராட்ஹாக்கும் பல போட்டிகளில் எதிரெதிரே ஆடிய பொழுதும் ஒரு முறை கூட ஹாக்கின் பந்துவீச்சில் சச்சின் அவுட் ஆகவில்லை. ஹாக்கிற்கு ஆட்டோகிராப்பும் கிடைக்கவில்லை. நம்மை யாராவது கிண்டல் செய்து வெறுப்பேற்றினால் சச்சின் டெண்டுல்கரைப் போல திரும்ப அவர் அப்படி கிண்டல் செய்ய முடியாதபடி நம்மை மாற்றிக் கொள்வதுதான் சரியான வழியே தவிர அவரோடு சண்டை போடுவதால் நம்முடைய நேரமும் ஆற்றலும்தான் வீணாகும் புரியுதா.

புரிஞ்சுது சார் இனிமே அந்த சச்சின் டெண்டுல்கரோட வழியை இந்த சின்ன சச்சினும் பின்பற்றுவேன், என்னைக் கிண்டல் பண்ணவன் ஆச்சர்யப்படுறா மாதிரி கணக்குல நல்ல மார்க் எடுத்துக் காட்டுறேன் சார் என்றான் சச்சின்.

ஸ்மார்டான உறுதிமொழி ஏற்போம்! 24

அறிவாளிகள் தோற்றிருக்கலாம். திறமையுள்ளவர்கள் தோற்றிருப்பார்கள். பணக்காரர்கள் தோற்றிருப்பார்கள். ஆனால் விடாமுயற்சி உள்ளவர்கள் மட்டுமே வென்றிருப்பார்கள்.

அரையாண்டு விடுமுறை முடிந்து வகுப்பில் பொருளியல் ஆசிரியர் முத்து செல்வன் விடைத்தாள்களைக் கொடுத்து வாங்கிய பிறகு மாணவ மாணவியருடன் உரையாடத் தொடங்கினார். பிள்ளைகளே உங்கள்ல எத்தனை பேர் புத்தாண்டு உறுதிமொழி எடுத்திருக்கீங்க?

பாதிபேர் மட்டுமே கைகளை உயர்த்தினர்.

சரி, கை தூக்காதவங்க யாராவது எழுந்து ஏன் நீங்க உறுதிமொழி எடுக்கலன்னு சொல்லுங்க என்றார்.

துடுக்கான மாணவன் பூவரசன் எழுந்து, சார் நானும் ஒவ்வொரு வருஷமும் இனிமே நல்லா படிக்கணும், எல்லா பாடத்திலும் நல்ல மார்க் எடுக்கணும்னு உறுதிமொழி எடுக்கிறேன்; ஆனா அப்படி நடக்கிறதே இல்ல. சரி அப்புறம் எதுக்கு வீணா உறுதிமொழி எடுக்கணும்னு இந்த வருஷம் எந்த உறுதி மொழியும் எடுக்கல சார் என்றான். வகுப்பில் லேசான சிரிப்பலை எழுந்தது.

நல்ல மார்க்னா எவ்வளவு எடுக்கணும்னு நினைக்கிற?

நான் பாஸ் பண்ணாலே அது நல்ல மார்க் தான் சார்.

சரி இன்னைக்குப் பேப்பர் கொடுத்தேனே, எவ்வளவு மார்க் எடுத்திருக்க என்றார்.

அவன் சற்றும் தயங்காமல் 15 மார்க்கு சார் என்றதும் கொல்லென அனைவரும் சிரித்ததில் வகுப்பே அதிர்ந்தது.

சரி, நீ சொல்ற நல்ல மார்க் எடுக்க இதுவரைக்கும் என்ன முயற்சி எடுத்து இருக்க?

ஒவ்வொருமுறை பேப்பர்ல ஃபெயில் மார்க் பார்க்கும்போதும் டெய்லி காலைல சீக்கிரம் எழுந்து படிக்கணும், இனிமே ஃபெயில் ஆக கூடாதுன்னு தோணும் சார். ஆனா காலையில எந்திரிக்கணும்னு நினைச்சாலே தூக்கமா வரும் அதனால தூங்கிடுவேன் சார் என்றான் பூவரசன்.

முதன்முறையாக எடுத்த உறுதிமொழி:

சரி நீ உக்காரு என்றவர், உறுதிமொழி எடுத்த யாராவது நீங்க என்ன உறுதிமொழி எடுத்து இருக்கீங்கன்னு விருப்பப்பட்டால் சொல்லலாம் என்றார். சித்ரா எழுந்து, சார் நான் இதுவரைக்கும் 60, 70 மார்க்தான் எடுத்துட்டு இருக்கேன். இனிமே எல்லா பாடத்திலும் 90-க்கு மேல எடுக்கணும்னு உறுதிமொழி எடுத்து இருக்கேன் என்றதும் அனைவரும் கைதட்டினர்.

வெரி குட், இந்த குறிக்கோளை அடைய என்ன திட்டம் வச்சிருக்க? சார் நானும் ஸ்டெல்லாவும் ஒரு வாரம் முழுக்க அன்னன்னைக்கு என்ன படிக்கணும்னு அட்டவணை போட்டு படிக்கப் போறோம் சார். சனி, ஞாயிறுல டெஸ்ட் எழுதிப் பார்த்து தப்பானதைத் திரும்பப் படிப்போம் சார். ஒன்பதாவது வரைக்கும் நானும் பூவரசன் மாதிரிதான் சார் இருந்தேன். அந்த வருஷம்தான் முதல் முறையா இனி பெயிலாகவே கூடாதுனு உறுதிமொழி எடுத்தேன். அன்னையிலிருந்து தினமும் கொஞ்சம் கொஞ்சமா படிக்கிறதால 60, 70 மார்க் வரைக்கும் வாங்க முடியுது.

சரி எது உன்னை உறுதிமொழி எடுக்கவும், அதை செயல்படுத்தவும் உந்தி தள்ளியது?

சார் எங்க அப்பா கூலி வேலை பாக்குறாரு. எங்க வீட்ல பொண்ணுங்க பத்தாவதுலயோ, பிளஸ் 2-லயோ ஃபெயில் ஆனா கல்யாணம் பண்ணி வச்சிடுவாங்க. எங்க அக்காவும் அப்படி சீக்கிரமே கல்யாணம் ஆகி இப்ப ரெண்டு குழந்தைங்களோட சாப்பாட்டுக்கே கஷ்டப்பட்டுகிட்டு இருக்கா. ஒரு வாட்டி வீட்டுக்கு வந்தப்ப நீ எப்படியாவது படிச்சு ஒரு வேலைக்குப் போயிடு, என்ன மாதிரி கஷ்டப்படாதேனு அழுதுகிட்டே சொன்னா.

தெளிவான பதில் இருக்கா?

அன்னைக்குதான் இனி பெயிலாகவே கூடாதுன்னு முடிவெடுத்தேன் சார். காலேஜ் பீஸ் கட்டி அப்பாவால என்ன படிக்க வைக்க முடியாது. நல்ல மார்க் எடுத்தா ஏதாவது ஒரு கவர்மெண்ட் காலேஜ்ல ஸ்காலர்ஷிப்ல சேர்ந்திடுவேன். படிச்சு ஒரு வேலைக்குப் போயிட்டா எங்க அக்கா மாதிரி கஷ்டப்பட வேண்டாம் இல்ல சார் என்ற போது அவள் கண்களில் நீர் திரையிட்டு இருந்தது.

அவள் பேசி முடிக்கும்வரை அமைதியாக இருந்த வகுப்பறை மீண்டும் பலத்த கைதட்டலால் அதிர்ந்தது. இம்முறை ஆசிரியரும் சேர்ந்து கைகளைத் தட்டினார்.

வெரி குட் சித்ரா. நிச்சயமா நீ உன் குறிக்கோள் அடைஞ்சிடுவன்னு எனக்கு நம்பிக்கை இருக்கு. ஸ்டுடென்ட்ஸ் நாம எதுக்காக படிக்கிறோம்,

நம்ம எதிர்காலம் எப்படி இருக்கணும் என்ற கேள்விகளுக்கு உங்ககிட்ட தெளிவான பதில் இருந்தா நீங்க எல்லாருமே சித்ரா மாதிரி ஒவ்வொரு அடியா எடுத்து வச்சு உங்க குறிக்கோளை அடைஞ்சிடுவீங்க.

அது இல்லாததாலதான் பூவரசன் மாதிரி பசங்க முன்னேற்றமே இல்லாம அதே நிலையில இருக்காங்க. அதோட உங்க உறுதிமொழி ஸ்மார்ட் ஆனதாவும் இருக்கணும். அது படிப்பு சார்ந்ததா மட்டும் இருக்கணும்னு அவசியம் இல்ல. உங்களோட பிற திறமைகளை வளர்ப்பதாகவோ அல்லது கெட்ட பழக்கங்களை விட்டு நல்ல பழக்கங்களை ஏற்படுத்திக் கொள்வதாகவோ கூட இருக்கலாம்.

அது என்ன சார் ஸ்மார்ட்டான உறுதிமொழி என்று கேட்டான் கரீம்.

சொல்றேன் SMART னா

S - SPECIFIC
M - MEASURABLE
A - ACHIEVABLE
R - RELEVANT
T - TIME BOUND

அதாவது நீ எடுக்கும் உறுதிமொழி குறிப்பிடத்தக்க, அளவிடக் கூடிய, உனக்கு ஏற்புடையதான, ஒரு கால வரையறைக்குள் அடையத்தக்கதாக இருக்கணும். சரி உங்களுக்கு புரிகிறபடி உதாரணத்தோட சொல்றேன். என்ற விளக்கம் ஆரம்பித்தார் ஆசிரியர் முத்து செல்வம்.

மதில் சுவர் மீது முளைத்த அரச மரம்! 25

நேரமும் வாய்ப்பும் எல்லோருக்கும் எப்போதும் இருந்து கொண்டேதான் இருக்கின்றன. முயற்சி எடுப்பவர்கள் மட்டுமே தாங்கள் நினைத்ததை அடைகின்றனர்.

- அப்துல் கலாம்

ஸ்மார்ட் ஆன உறுதிமொழி எப்படி எடுப்பது என்று ஆசிரியர் முத்து செல்வம் பிளஸ் 2 மாணவர்களுக்கு விளக்கிக் கொண்டிருந்தார்.

சார், ஸ்மார்ட் என்பதற்கு என்ன விளக்கம் சொன்னீங்க? இன்னொரு தடவை சொல்லுங்க நான் எழுதி வச்சுக்கிறேன் என்றான் மாணவன் நாகராஜ்.

சரி சொல்றேன், SMART என்றால்

S - SPECIFIC

M - MEASURABLE

A - ACHIEVABLE

R - RELEVANT

T - TIME BOUND

முதல் எழுத்து S – SPECIFIC. எந்த விஷயம் உங்களுக்கு மிகவும் தேவை என்று யோசித்து குறிப்பிட்ட இலக்கை எடுத்துக் கொள்ளுதல். 15 மார்க் எடுக்கும் பூவரசன் நல்ல மார்க் எடுக்கணும்னு நினைக்கிறது குறிப்பிடத்தக்க உறுதிமொழி கிடையாது. 40 மார்க் எடுக்கணும்னு நெனச்சா அது குறிப்பிடத்தக்க உறுதிமொழி.

ரொம்ப பெரிய குறிக்கோள் இருந்து அதை அடைவதற்கான

திட்டமே வகுக்காமல் இருந்தால் அதை அடையவே முடியாது. அதனால எத்தனை முறை புத்தாண்டு உறுதிமொழி எடுத்தாலும் என்னால என் குறிக்கோளை அடையவே முடியவில்லை; அப்புறம் எதுக்கு உறுதிமொழி எடுக்கணும்னு விரக்தி அடைந்து விடுவோம்.

அடுத்த நிலைக்கு முன்னேற...

MEASURABLE-னா என்ன சார் என்றாள் கோகிலா. 70 மார்க் எடுத்துட்டு இருக்க சித்ரா அடுத்த தேர்வுல எவ்வளவு மார்க் எடுக்குறா, என்ன முன்னேற்றம் அடைந்து இருக்கான்னு பார்க்க முடியுதுன்னா அது அளவிடக்கூடியதுதானே. எப்பவும் உங்களுடைய குறிக்கோளைச் சிறு சிறு பகுதிகளா பிரிச்சுக்கணும்.

சித்ரா போல ஒவ்வொரு நாளும் ஒரு பாடத்துக்கு ஒரு மணி நேரம் வீதம் 5 மணி நேரம் படிப்பேன்னு நேரம் ஒதுக்கி படிக்கணும். ஒரு வாரத்துக்கு அட்டவணை போட்டு, அதை செயல்படுத்தி, வார இறுதியில் அந்த பாடங்களைத் தேர்வு எழுதிப் பார்க்கணும். வகுப்பில் பாடம் நடத்தும் போது நல்லா கவனிப்பது, நோட்ஸ் எடுப்பது, நண்பர்களோடு சேர்ந்து படிப்பது எல்லாமே உங்களை அடுத்த நிலைக்கு முன்னேற உதவும்.

மூன்றாவது *A – ACHIEVABLE*. உங்களுடைய உறுதிமொழி நடைமுறைக்குச் சாத்தியமானதா இருக்கணும். 10 மார்க் எடுக்கக்கூடிய ஒருத்தர் அடுத்த தேர்வில் நான் எல்லா பாடத்திலும் நூற்றுக்கு நூறு எடுக்கணும்னு உறுதிமொழி எடுத்தால் அது நடைமுறையில் சாத்தியம் இல்லாதது. அடுத்தது *R - RELEVANT*. நீங்கள் எடுக்கும் உறுதிமொழி உங்களுடைய நீண்ட காலக் குறிக்கோளுக்கு தொடர்புடையதா, இல்லையா என்று பார்க்கணும்.

உதாரணத்துக்கு உங்களுடைய நீண்ட கால குறிக்கோள், ஐஏஎஸ் ஆகவோ பெரிய கால்பந்தாட்ட வீரராகவோ கிரிக்கெட் வீரராகவோ, இசையமைப்பாளராகவோ ஆகணும் என்பதாக இருக்கலாம். ஆனால், அதுக்கு கொஞ்சமும் தொடர்பு இல்லாத வகையில் எல்லோரும் செய்கிறார்கள் அதனால் நானும்செய்கிறேன் என யூடியூப் ஆரம்பித்து வீடியோ போடுவது, இன்ஸ்டாகிராமில் ரீல்ஸ் போடுவது என நேரத்தையும் ஆற்றலையும் அதில் செலவழிப்பது உங்கள் நீண்ட கால குறிக்கோளை அடைய தடையாகிவிடும்.

விடா முயாற்சி விஸ்வரூப வெற்றி:

இறுதியாக *T - TIME BOUND*. எந்த ஒரு உறுதிமொழியாக இருந்தாலும் குறிப்பிட்ட கால வரையறைக்குள் முடிக்க வேண்டும். உதாரணமாக ஐஏஎஸ் ஆக வேண்டும் என்ற குறிக்கோள் இருந்தால் காலேஜ் முடித்து இரண்டு ஆண்டுக்குள் ஐஏஎஸ் பாஸ் செய்து விடுவேன் என்ற காலவரையறை வைத்துக் கொள்ள வேண்டும். அதற்கு தயாராக இப்போதிலிருந்து தினமும் செய்தித்தாள், புத்தகங்கள் படித்து பொது அறிவை வளர்த்துக் கொள்ள வேண்டும்.

சார் நீங்க சொல்றபடி உறுதிமொழி ஸ்மார்ட் ஆனதா இருந்தா அதை நிச்சயமா நிறைவேற்றிட முடியுமா சார் என்று கேட்டான் நாகராஜ். அதில் என்ன சந்தேகம்? நிச்சயமா முடியும். விடாமுயற்சி விஸ்வரூப வெற்றி என கேள்விப்பட்டது இல்லையா. தொடர் முயற்சி மட்டுமே எந்த உறுதி மொழியையும் நிறைவேற்ற உதவும்.

பேசிக் கொண்டிருந்த ஆசிரியர் முத்து செல்வம் அதோ பாருங்க என்று கை நீட்டினார். அவர் கைகாட்டிய இடத்தில் மதில் சுவர் மீது ஒரு அரச மரம் முளைத்திருந்தது. அதன் வேர் சுவரில் இறங்கி இருந்ததால் மதில் சுவர் விரிசல் அடைந்திருந்தது. ஒரு விதை மரமாக எடுத்த தொடர் முயற்சி அந்த சுவரையே விரிசல் அடைய வைத்திருக்கிறது. அதுபோல ஒவ்வொரு நாளும் உறுதிமொழியை நிறைவேற்ற நீங்கள் எடுக்கும் சிறு சிறு தொடர் முயற்சியும் அதில் முன்னேற்றத்தையும் உற்சாகத்தையும் தந்து குறிக்கோளை அடைய உதவும்.

நீங்கள் எடுக்கும் உறுதி மொழியைக் கைப்பட எழுதி உங்கள் கண்ணில் படும் இடத்தில் ஒட்டி வைத்து, மனதிற்குள் திரும்பத் திரும்ப சொல்ல வேண்டும். அதை அடைந்து விட்டதாக கற்பனை செய்து மனத்திரையில் பார்க்க வேண்டும். உங்கள் உறுதிமொழி ஸ்மார்ட் ஆனதாக இருந்தால் அதை நோக்கி தொடர்ந்து நீங்கள் எடுத்து வைக்கும் ஒவ்வொரு அடியும் குறிப்பிட்ட காலத்திற்குள் அதை அடைய உங்களுக்கு உதவும்.

படிப்பு திறமையைக் கலைத்திருவிழாவில் கண்டுபிடித்த ஆசிரியர்!

26

ஒவ்வொரு மனிதனும் ஏதேனும் ஒரு திறமையைப் பெற்றிருக்கிறான். ஆனால் அந்த திறமை எது என அறிந்து அதைப் பயன்படுத்துபவன் மட்டுமே வாழ்வில் வெற்றி பெறுகிறான்.

- அலெக்ஸ் ஆஸ்பர்ன்

அரையாண்டுத் தேர்வு மதிப்பெண் பட்டியலில் கையெழுத்திட வராத பெற்றோர்களைப் போன் செய்து வர சொல்லியிருந்தார் ஆசிரியர் மாலவன். ஓய்வறையில் இருந்தபோது ஆறாம் வகுப்பு ஜனார்த்தனனின் அம்மா வந்தார்.

ஏம்மா நேத்து ஓபன் டே-க்கு வராம இன்னைக்குப் போன் பண்ணி கூப்பிட்டாதான் வரீங்க என்று சற்று கண்டிப்பான குரலில் கேட்டார்.

சார் நேத்தே வந்து இருப்பேன். இவன் எல்லா பாடத்திலும் அஞ்சு மார்க் பத்து மார்க்னு வாங்கி இருக்கான். மத்த பேரெண்ட்ஸ் முன்னாடி வந்து கையெழுத்துப் போட ரொம்ப அவமானமா இருந்ததுசார். அதான் இன்னைக்கு வந்தேன். எவ்வளவோ திட்டி அடிச்சு பாத்துட்டோம் சார்.

அவனுக்கு படிப்பே வர மாட்டேங்குது. போன பரீட்சையில மார்க் கம்மி ஆயிடுச்சுன்னு அவனோட அப்பா அடி அடின்னு அடிச்சாருன்னு வீட்டை விட்டு ஓடி போயிட்டான். ரொம்ப

படாத பாடுபட்டு தேடி கண்டுபிடிச்சோம். என்ன பண்றதுன்னே தெரியல சார்.

அம்மா! அவனைப் படிக்க, எழுத வைத்து பார்த்ததில் அவனுக்கு டிஸ்லெக்சியா என்கிற கற்றல் குறைபாடு இருப்பது தெரிஞ்சுது.

சார் என்ன புதுசா ஏதோ சொல்றீங்களே அது என்ன நோயா சார்?

நோயல்ல குறைபாடு

சேச்சே, நோய் எல்லாம் இல்லம்மா, வெறும் குறைபாடுதான். சரியான முறையில் பயிற்சி கொடுத்தா அவனாலயும் நல்லா வாசிக்க, எழுத முடியும். இந்த வருஷம்தான் புதுசா வந்து சேர்ந்ததுனால அவன பத்தி முழுசா தெரிஞ்சுக்க எனக்குக் கொஞ்ச நாள் ஆயிடுச்சு. இந்த முறை உங்கள தனியாக சந்தித்து பேசினது நல்லதுதான். அவனை மாதிரி இன்னும் ரெண்டு பசங்க இருக்காங்க. அவங்களுக்கு ஸ்கூல் முடிஞ்சதும் ஒரு மணி நேரம் வாசிக்க பயிற்சி கொடுக்கலாம்ன்னு இருக்கிறேன்.

ரொம்ப நன்றி ஐயா. ஒரு மாசமா ஏதோ கலைத்திருவிழா டிராமா டான்ஸ்னு

கூத்தடிச்சுக்கிட்டிருந்தான். இனி அதுக்கெல்லாம் நேரம் கிடையாதுன்னு கண்டிஷனா சொல்லிடுங்க சார். நீங்க அவனைப் படிக்க வச்சிருங்க. படிக்கலனா கண்ண விட்டுட்டு தோல் எல்லாம் உரிச்சு எடுத்துருங்க நான் கேள்வியே கேட்க மாட்டேன்.

அம்மா அடிக்கிறதால திட்டுவதால மட்டும் பசங்க படிச்சிட மாட்டாங்க அவங்களோட பிரச்சினையைச் சரியா புரிஞ்சுகிட்டுத் தேவையான பயிற்சிகள் கொடுத்தால் மட்டுமே அதை சரி செய்ய முடியும். அப்புறம் உங்க பையனுக்கு நல்ல நடிப்பு திறமை இருக்கு. அதை கலை திருவிழாவில்தான் கண்டுபிடிச்சேன்.

சார் அவன் என்ன நடிகனாவா ஆகப் போறான்? ஒழுங்கா படிக்க சொல்லுங்க சார்.

ஏன் நடிகன் ஆனா என்ன தப்பு? ஒரு படம் நடிக்க உலகத்தில் அதிக சம்பளம் வாங்கும் நடிகர் டாம் குரூஸோட சம்பளம் எவ்வளவுனு தெரியுமா? 8000 கோடி ரூபாய்.

8000 கோடியா அம்மாடியோவ்!

நிறையாக மாற்றியவர்

ஆமா அவரும் உங்க பையன் மாதிரிதான். சின்ன வயசுலயே அவருக்கு கற்றல் குறைபாடு இருந்துச்சு. படிக்கிறது எதையுமே ஞாபகம் வச்சுக்க முடியாது. அவரோட அப்பாவும் ரொம்ப கண்டிப்பானவர். டாம் குரூஸுக்கு கற்றல் குறைபாடு இருக்குன்னு கண்டுபிடிச்சதும் அவங்க அம்மா அவர்கிட்ட சொன்னது என்ன தெரியுமா? உன்கிட்ட என்ன திறமை இருக்குன்னு கண்டுபிடி; அதுல தொடர்ந்து முயற்சி செய். அவரும் நிறைய முயற்சி எடுத்தார் குத்து சண்டை வீரர் ஆகணும்னு ஆசைப்பட்டு பயிற்சியில் சேர்த்தார். காலில் அடிபட்டு அதிலிருந்து விலகி விட்டார். கால்பந்து ரொம்ப பிடிச்சதுன்னு அதுல சேர்ந்து நல்லா விளையாடுனார். ஆனால், மேட்சுக்கு முன்னாடி நண்பர்களோடு சேர்ந்து மது அருந்தியதால டீமை விட்டு வெளியேற்றப்பட்டார்.

11 வயசு இருக்கப்ப அவரோட அம்மாவுக்கும் அப்பாவுக்கும் மணமுறிவு ஆனது அதுலயும் ரொம்ப மன உளைச்சலுக்கு ஆளானார். பள்ளியில் நாடகப் பயிற்சியில் சேர விரும்பினார். ஆனால் உடன் இருந்த மாணவர்கள் உனக்கு ரெண்டு லைன் கூட ஞாபகம் வச்சுக்க முடியாது; நீ எல்லாம் பக்கம் பக்கமா டயலாக் படிச்சு நடிக்க போறியா என்று கிண்டல் செய்தாங்க. ஆனால், நாடகப் பொறுப்பாசிரியர் டாமுக்கு சிறு வேடம் தந்து அடுத்த நாள் படிச்சிட்டு வந்து நடிக்கணும் என்றார்.

இரவு முழுதும் கஷ்டப்பட்டு வசனங்களை மனப்பாடம் செய்து அற்புதமாக நடிச்சார். இனி நடிப்புதான் என் வாழ்க்கை என அன்னைக்கு முடிவு செய்தார்.

கடுமையான தொடர் முயற்சிக்குப் பிறகு ஒரு படத்தில் சிறு வேடத்தில் நடிக்க வாய்ப்பு கிடைத்தது. சிறு வேடம் என்றாலும் சிறப்பாக நடித்ததால் வேறொரு படத்தில் முக்கிய கதாபாத்திரத்தில் நடிக்க வாய்ப்பு கிடைத்தது.

இன்றைக்கும் 60 வயசு ஆனாலும் மத்தவங்க நடிக்க பயப்படும் அபாயகரமான காட்சிகளில் துணிந்து நடிப்பதால்தான் முன்னணி கதாநாயகனாக அதிக சம்பளம் வாங்கிக்கிட்டு இருக்கிறார். எந்த துறையாக இருந்தாலும் அதை மனதார நேசித்து உழைத்தால் பெரிய ஆளாக முடியும். உங்க பையனும் அப்படி பெரியாளா ஆவான் என்று நம்புகிறீர்களா?

அவர் சொல்வதை எல்லாம் வியப்புடன் கேட்டுக் கொண்டிருந்த ஜனார்த்தனின் அம்மா, சார் நீங்க இவ்ளோ சொன்ன பிறகு நான் நம்பாமல் இருப்பேனா. நிச்சயமா நம்புறேன் சார் என் பையனும் ஒருநாள் பெரிய ஆளா வருவான் என்றார்.

யாரும் பயணிக்காத பாதையைத் தேர்ந்தெடு

27

பாதையில் தடைகள் எதுவும் இல்லை என்றால் அது நீ போக வேண்டிய பாதை அல்ல. வேறு யாரோ போன பாதை.

- **பிடல் காஸ்ட்ரோ**

ஆங்கில கவிஞர் ராபர்ட் ஃப்ராஸ்ட் எழுதிய 'ரோட் நாட் டேக்கன்' என்ற கவிதையை ஆசிரியர் டோமினிக் வகுப்பறையில் விளக்கிக் கொண்டிருந்தார். இரண்டு பாதைகளில் ஒன்று பலரும் பயணித்து நடப்பதற்கு ஏதுவான பாதையாக இருந்தது. மற்றொன்று யாரும் நடக்காத கரடு முரடானதாக இருந்தது. பலத்த சிந்தனைக்குப் பிறகு இரண்டாவது பாதையைக் கவிஞர் தேர்ந்தெடுப்பதாகக் கவிதை முடிந்திருந்தது.

ஆசிரியர் மாணவர்களிடம் இப்படிப்பட்ட இரண்டு பாதையில் ஒன்றை தேர்ந்தெடுக்க வேண்டும் என்றால் நீங்கள் எதைத் தேர்ந்தெடுப்பீர்கள் என்றார். மாணவன் முத்து, சார் நான் முதல் பாதையைத் தேர்ந்தெடுப்பேன். கரடு முரடான பாதையில் கஷ்டப்பட்டு நடப்பதை விட ஏற்கெனவே இருக்கும் நல்ல பாதையைத் தேர்ந்தெடுப்பதுதானே புத்திசாலித்தனம் என்றான்.

எதிர்காலத்தைச் செதுக்குபவர்

மாணவி சப்திகா, சார் நான் இரண்டாவது பாதையைதான் தேர்ந்தெடுப்பேன். ஏற்கெனவே மத்தவங்க நடந்த பாதையில் சுலபமா நடப்பதை விட கரடு முரடான பாதையில் நடந்து புதுசா ஒரு பாதையை உருவாக்கினா நமக்கு பின்னாடி வர்றவங்களுக்கு நாம உதவி செய்த மாதிரி இருக்கும் இல்லையா என்றாள்.

வெரி குட் சப்திகா, இந்த கவிதை சொல்ல வரும் கருத்தும் இதுதான். நமக்கு முன்னாடி வாழ்ந்த விஞ்ஞானிகள் இரண்டாவது பாதையைத் தேர்ந்தெடுத்ததால்தான் இன்றைக்கு நாம பல அறிவியல் கண்டுபிடிப்புகளை அனுபவித்துக் கொண்டிருக்கிறோம்.

இப்போது வாழ்பவர்களில் அப்படி சொல்லக் கூடியவர்கள் பில்கேட்ஸ், சுந்தர் பிச்சை, எலான் மஸ்க் போன்றவர்கள். இதில் எலான் மஸ்க்தான் எதிர்காலத்தில் நாம் பயன்படுத்த போகும் தொழில்நுட்பங்களின் முன்னோடியாக இருப்பார் என்கிறார்கள்.

அப்படி என்ன சார் அவர் செய்திருக்கார்? அவரைப் பற்றி சொல்லுங்க சார் என்றாள் ஷர்மிளா. பாடத்திற்கு அப்பால் பல தகவல்களைப் பிள்ளைகளோடு பகிர்ந்து கொள்ளும் ஆசிரியர் மகிழ்ச்சியுடன் சொல்லத் தொடங்கினார்.

எலான் மஸ்க் தென்னாபிரிக்காவில் பிறந்தவர். படிப்பில் படு சுட்டி, ஆனால் தனிமை விரும்பி. இதனால் சக மாணவர்களின் கேலி, கிண்டலுக்கு ஆளானார். சிறுவயதிலேயே பெற்றோர்களிடையே மணமுறிவு ஏற்பட்டதால் அப்பாவுடன் வாழ்ந்தார். ஆனாலும் தந்தையும் எலான் மீது பாசத்தைக் காட்டாமல் கொடுமைப்படுத்தினார்.

தன் துன்பங்களில் இருந்து கவனத்தைத் திசை திருப்ப ஒரு நாளில் பத்து மணி நேரத்துக்கு மேலாக அறிவியல் சார்ந்த புத்தகங்களில் மூழ்கிக் கிடப்பார் எலான் மஸ்க். அதிலும் ஐசக் அசிமோவ் எழுதிய எதிர்காலம் பற்றிய அறிவியல் புத்தகங்கள் அவருக்கு மிகவும் பிடித்தமானவை.

பல சோதனைகளை வீட்டிலேயே செய்து பார்ப்பது அவரது வழக்கம்.

10 வயதிலேயே வீடியோ கேமின் கோடிங்கைக் கற்றுக் கொண்டு புதிய வீடியோ கேமை உருவாக்கி அதை 500 டாலருக்கு விற்றார். அப்போதே ஒரு பிசினஸ் மேன் ஆக வேண்டும் என்ற எண்ணம் அவருக்கு வந்துவிட்டது. உயர்நிலைக் கல்விக்குப் பிறகு கனடாவிற்குச் சென்று படிப்பைத் தொடர்ந்தார்.

படிக்க ஆகும் செலவை சமாளிக்க கிடைத்த சிறு சிறு வேலைகளைச் செய்தார். பின் அமெரிக்காவின் பென்சில்வேனியா பல்கலைக்கழகத்தில் கிடைத்த ஸ்காலர்ஷிப் உதவியுடன் இரண்டு பட்டப் படிப்புகளை முடித்தார்.

வானுக்கும் பூமிக்கும்

பிறகு ஒரு மென்பொருள் தயாரிப்பு நிறுவனத்தை உருவாக்கி எந்த இடத்திற்கும் எளிதில் செல்ல உதவும் கூகுள் மேப் போன்ற ஒரு மென்பொருளை உருவாக்கினார். பல கம்பெனிகளுக்கு ஏறி இறங்கி அதை விற்க முயற்சி செய்தார் முதலில் தோல்வியை மட்டுமே சந்தித்தவர் பிறகு தன் கண்டுபிடிப்பின் பயன்பாட்டை எல்லோருக்கும் புரிய வைத்ததும் பலரும் அதை வாங்க முன் வந்தனர்.

பிறகு எக்ஸ் டாட் காம் என்ற ஆன்லைன் பேமென்ட் நிறுவனமான பேபாலை உருவாக்கினார். நிறைய பணம் சம்பாதித்ததும் அங்கேயே தேங்கி விடாமல் அடுத்தது என்ன என்ற கேள்வியுடன் முன்னேறி செல்லும் இயல்புடையவர் எலான். தான் சம்பாதித்த அத்தனை பணத்தையும் மின்சார கார் உற்பத்தி செய்யும் டெஸ்லா நிறுவனத்திலும் பூமியிலிருந்து மக்களை செவ்வாய் கிரகத்திற்கு குடியேற்றும் நோக்கத்துடன் உருவாக்கப்பட்ட ஸ்பேஸ் எக்ஸ் நிறுவனத்திலும் முதலீடு செய்தார்.

முதலில் படு தோல்வியைக் கண்டார். பணத்தை எல்லாம் இழந்து விமர்சனங்களுக்கு ஆளானார். வாழ்க்கையில் எத்தனை இழப்புகளைச் சந்தித்தாலும் தன் கனவின் மீதும் தன் உழைப்பின் மீதும் கொண்ட நம்பிக்கையால், செய்த தவறுகளை எல்லாம் திருத்திக் கொண்டு தொடர்ந்து உழைத்தார். இன்று உலக பணக்காரர்களின் வரிசையில் முன்னணியில் உள்ளார்.

யாரும் போகாத பாதையைத் தேர்ந்தெடுத்ததால்தான் மாற்று எரி சக்தியான சோலார் பேனலை உருவாக்கும் சோலார் சிட்டி, மனித மூளையில் சிப்பை பொருத்தி மனிதருக்கும் கம்ப்யூட்டருக்கும் நேரடி தொடர்பை உருவாக்கும் நியூரோ லின்க், புல்லட் ரயிலை விட மூன்று மடங்கு வேகமாக பயணிக்கும் ஹைப்பர் லூப், அதிவேக இன்டர்நெட் தொடர்பைத் தரும் ஸ்டார் லிங்க் போன்ற எதிர்கால தொழில்நுட்பங்களை நிர்ணயிக்கும் பல நிறுவனங்களுக்குச் சொந்தக்காரராக விளங்குகிறார் என்றார் ஆசிரியர்.

சார் நாங்களும் அவரைப் போல யாரும் பயணிக்காத பாதையைத் தேர்ந்தெடுத்து புதிய பாதைகளை நிச்சயம் உருவாக்குவோம் சார் என்றான் முத்து.

பதின்பருவத்து காதல் ஹார்மோன்களின் சேட்டையே! 28

நீ யார்? உன் திறமைகள் என்ன என்பதை உணர்ந்து, குறிக்கோளுடன் படி. காதல் என்பது வாழ்க்கையின் ஒரு பகுதி மட்டுமே. தவிர காதல் மட்டுமே வாழ்க்கை அல்ல. உங்கள் எதிர்காலம் முக்கியம்.

மதியம் கடைசி வகுப்பில் பாடம் நடத்தினால் மாணவர்கள் சரியாக கவனிக்க மாட்டார்கள் என்பதால் ஆசிரியர் திலீப் ராஜு மாணவர்களோடு பேசுவதற்கு அந்த வகுப்பைப் பயன்படுத்திக் கொள்வார். மாணவ மாணவியரும் அந்த உற்சாகம் நிறைந்த வகுப்புக்காகக் காத்திருப்பர்.

என்ன பிள்ளைகளா இன்னைக்கு எதைப் பற்றி பேசலாம் என்றதும் சார் கதை சொல்லுங்க, தலைவர்களைப் பற்றி சொல்லுங்க, எங்களைப் படிக்க விடாமல் நிறைய விஷயம் கவனத்தைத் திசைதிருப்புது அதை பத்தி பேசலாம் சார் என்று ஆளாளுக்கு ஒவ்வொன்று சொன்னார்கள். வெரி குட், எதெல்லாம் உங்க கவனத்தைத் திசைதிருப்புதுனு சொல்லுங்க என்றார்.

செல்போன், நண்பர்கள், ஆன்லைன் விளையாட்டு, டிவி... அருள் எழுந்து, சார் எங்க மன உளைச்சலுக்கு காரணமே மதிப்பெண்ணும் மதிக்காத பொண்ணும்தான் சார் என்றதும் ஹோவென்ற சத்தத்துடன் அனைவரும் கைகளைத் தட்டினர். சார் எனக்கு என் அப்பாதான் வில்லனே என்று அந்தோணி எழுந்து சொன்னதும் ஆமோதிப்பதுபோல் பல குரல்கள் ஆமாம் சார் என்றன.

எங்களை நம்பவே மாட்டாங்களா?

ஏன் அப்படி சொல்ற?

டிவி பார்க்காத, செல்போன்ல விளையாடாதன்னு நொய் நொய்யின்னு ஏதாவது சும்மா சொல்லிட்டு இருப்பார் சார். உன் தம்பியைப் பாரு எவ்வளவு நல்லா படிக்கிறான், உன்ன பத்தி குறை சொல்லாதவங்களே கிடையாதுன்னு திட்டுவார். என் தம்பி நல்லா படிச்சா அதுக்கு நான் என்ன சார் பண்ண முடியும். அவன் பிறக்காமல் இருந்திருந்தால் எனக்குப் பிரச்சினையே கிடையாது என்றான் ரஹ்மத்துல்லா.

சார் ஆம்பள பசங்களுக்கு அப்பாக்கள் வில்லன்னா எங்களுக்கு அம்மாக்கள்தான் வில்லிகள் என்றாள் சந்திரா.

ஆமா சார், அங்க நிக்காத, இங்க நிக்காத, ஏன் இவ்வளவு லேட்டு, எத்தனை தடவைதான் கண்ணாடிய பாப்ப, துப்பட்டாவ ஒழுங்கா போடுன்னு ஏதாவது சொல்லிகிட்டே இருப்பாங்க என்றாள் ருக்கு.

அதுவும் என்னோட பிரண்ட்ஸ் முன்னாடி வேணும்னே அம்மா திட்டுவாங்க பாருங்க அப்பதான் பயங்கர கோபம் வரும். பிரண்ட்ஸ் வீட்டுக்குப் போய் படிக்கிறேன்னு போனா கொஞ்ச நேரத்துலையே யார் கூட இருக்கேன்னு பாக்குறதுக்காக வீடியோ கால் பண்ணி பேசுவாங்க. ஏன் சார் இந்த அம்மா, அப்பா எங்களை நம்பவே மாட்டாங்களா? ஆம்பள பசங்களோட பேசினாலே கெட்டுப் போயிடுவோமா சார் என்று உஷா கேட்டதும் அதை ஆமோதிப்பதுபோல் அனைவரும் கைகளைத் தட்டினார்கள்.

சார் லவ் பண்ணா தப்பா? சினிமாவில் லவ் பண்ணா கைதட்டுறாங்க இலக்கியத்துல அம்பிகாபதி அமராவதி, லைலா மஜ்னு காதலை அமரக் காதல்னு கொண்டாடுறாங்க. நிஜ வாழ்க்கையில பசங்க லவ் பண்ணா மட்டும் ஏன் சார் வில்லன்ங்களா ஆயிடறாங்க என்று மாலா கேட்டதும் இன்னும் அதிக கைதட்டல் எழுந்தது.

எப்ப லவ் பண்ணலாம்?

அவர்கள் பேசுவதை எல்லாம் பொறுமையாக கேட்டுக் கொண்டிருந்த ஆசிரியர் நல்லது பிள்ளைகளே! தயங்காம உங்க மனசுல இருப்பதை எல்லாம் கேள்விகளா எழுப்பினதுக்குப் பாராட்டுக்கள். சரி உங்க கடைசி கேள்வியான காதலைப் பத்தி பேசலாமா? லவ் பண்றது தப்பானு கேட்டீங்க, அதுக்கு என்னோட பதில் தப்பே இல்லை.

ஆனா எப்ப லவ் பண்ணலாம் அப்படிங்கறது ரொம்ப முக்கியமான விஷயம். உங்க வயசுல ஆணைப் பார்த்தா பெண்ணுக்கும், பெண்ணைப் பார்த்தா ஆணுக்கும் ஏற்படக் கூடிய கவர்ச்சி இயல்பானது. பல்லாயிரக்கணக்கான ஆண்டுகளுக்கு முன் மனுஷன் குகையில வாழ்ந்த காலத்திலேயே இனப்பெருக்கத்திற்காக மூளையால் தூண்டப்பட்ட ஹார்மோன் சுரப்புகளில் இன்றுவரை மாற்றமே இல்லை. அதனால் துணை தேடுதல் என்பது இயற்கையிலேயே மூளையில் இருக்கும் முன் பதிவு.

பருவ வயது வந்ததும் ஹார்மோன்களின் தூண்டுதலால் இது இன்னும் அதிகமாக ஊற்றெடுக்கிறது. பசி, தூக்கம், கோபம் வருத்தம் போல இந்த வயதில் ஏற்படும் இனக்கவர்ச்சியும் இயல்பானது. சினிமாவில் நீங்கள் பார்க்கும் காதலுக்கும் நிஜ காதலுக்கும் நிறைய வித்தியாசம் உண்டு. சினிமா ஹீரோக்கள் செய்வதை எல்லாம் நம்மால் நிஜ வாழ்க்கையில் செய்யவே முடியாது.

லைலா மஜ்னு, அம்பிகாபதி அமராவதி என நிறைய உதாரணம் சொன்னீங்க. அவங்களுக்கும் உங்கள மாதிரி டீனேஜ்தான் என்பதில் சந்தேகம் இல்லை ஆனா அவங்க காலத்தில் 13, 14 வயதில் கல்யாணம் பண்ணிடுவாங்க. இப்ப குறைஞ்சது 24 25 வயசுவரை படிச்சு, நல்ல வேலையில செட்டில் ஆன பிறகுதான் கல்யாணம் பண்ண முடியும்.

இந்த வயசுல லவ் பண்றேன்னு கவனத்தைச் சிதற விட்டா உங்களுக்கு ஏற்படக் கூடிய பாதிப்பு நிரந்தரமாகிவிடும். நாம இன்னும் குகை மனிதர்கள் இல்லை காலம் நிறைய மாறிடுச்சு. படிச்சு நீ யாருன்னு புரிஞ்சுகிட்டு, உன் திறமைகளை வளர்த்துக்கிட்டா நல்ல வேலை கிடைக்கும். உன் சொந்த காலில் நிற்கும்போது உனக்கு ஏற்ற துணையைத் தேர்ந்தெடுத்துக் காதலித்து திருமணம் செய்து கொள்ளலாம். காதல் என்பது வாழ்க்கையின் ஒரு பகுதி தானே தவிர காதலே வாழ்க்கை கிடையாது. உங்க எதிர்காலத்தை ஒப்பிடும்போது வேறு எதுவும் முக்கியம் கிடையாது. புரிஞ்சுதா என்று கேட்டார் ஆசிரியர்.

சார் இதுவரை அமரக் காதல்னு நாங்க நினைச்சுகிட்டு இருந்ததெல்லாம் ஹார்மோன்களால் ஏற்படும் இனக்கவர்ச்சிதான்னு அறிவியல் பூர்வமா புரிய வச்சிட்டீங்க. ஆனா எங்க உணர்வுகளை எப்படி சரியா முறைப்படுத்தணும்னு சொல்லித்தாங்க சார் என்றான் விக்டர்.

சரி சொல்றேன் என்று பேச்சை தொடர்ந்தார் ஆசிரியர் திலீப்.

நட்பின் எல்லை உணர்ந்து பழகுங்கள்! 29

தாமரை இலை நீர் பனித்துளிபோல ஆண் பெண் நட்பு அற்புதமானது. அறிவுப் பகிர்தல் ஆற்றலைத் தரும். அன்புப் பகிர்தல் ஆயுளைக் கூட்டும். நூலிழை தாண்டா முதிர்ந்த நட்பு காலம் முழுவதும்கூட வந்திடும்.

– பிரியசகி

வளரிளம் பருவத்து காதல் பற்றி ஆசிரியர் திலீப் ராஜு பிளஸ் 1 வகுப்பு மாணவர்களுடன் கலந்துரையாடிக் கொண்டிருந்தார். சார், டிஎஸ்எல்ஆர் கேமராவில் படம் எடுத்தால் நாம ஃபோகஸ் பண்றது மட்டும் தெளிவா தெரியும், மத்ததெல்லாம் மங்கலா இருக்குமே அந்த மாதிரி காதலிக்கிற பசங்களுக்குக் காதல் மட்டும்தான் முக்கியமாபடுது. படிப்பு குடும்பம் நண்பர்கள்னு வேற எதுவுமே முக்கியமா தோன மாட்டேங்குதே ஏன் சார் என்று கேட்டான் ஸ்டான்லி.

உங்க மனசு உங்க கட்டுப்பாட்டில் இல்லாததுதான் அதுக்கு காரணம். உன் மூளைதான் அந்த டிஎஸ்எல்ஆர் கேமரா. உன் மனசு எது முக்கியம்னு நினைக்குதோ அதை மட்டும்தான் உன் மூளை ஃபோகஸ் பண்ணும். உதாரணத்துக்கு, நீ ஒரு போட்டோகிராபரை உன் வீட்டு கல்யாணத்துக்குப் போட்டோ எடுக்க கூப்பிடுறேன்னு வச்சுக்கோ. மேடையில் நடக்கும் கல்யாணத்தை அவர் போட்டோஎடுத்து ஆல்பமா கொடுத்தாதான் அவருக்கு நீ பணம் கொடுப்ப இல்லையா.

அவர் அதைவிட்டுட்டு போற வர்ற பொண்ணுங்க அழகா இருக்காங்கன்னு அவங்கள போட்டோ எடுத்தாலோ அல்லது அவரோட ஃப்ரெண்ட்ஸ்ங்க பக்கத்துல இருக்காங்கன்னு அவங்கள போட்டோ எடுத்து ஆல்பமா

போட்டுக் கொடுத்தாலோ நீ அவருக்கு பணம் கொடுப்பியா?

கிண்டல் பண்றாங்களா?

அது எப்படி சார் கொடுப்பேன்? அந்த வேலைக்கான பணமும் கொடுக்க மாட்டேன். அதுக்கு அப்புறம் வேற எப்ப எங்க வீட்ல விசேஷம்னாலும் அவரைக் கூப்பிட மாட்டேன்.

சரியா சொன்ன. அதே மாதிரி மனசு உன் கட்டுப்பாட்டில் இருந்தா வாழ்க்கைக்கு எது முக்கியமோ அதை மட்டும் உன் மூளை ஃபோகஸ் பண்ணும். மத்ததெல்லாம் மங்கலா ஆகிடும். இந்த வயசுல படிப்பும், உன் திறமைகளை வளர்த்துக் கொள்வதும்தான் முக்கியம் என்பதில் நீ உறுதியாக இருந்தால் மற்றதில் கவனம் சிதறாது.

சார் எங்க பிரண்ட்ஸ் வட்டத்துல மத்தவங்களுக்குப் பாய் பிரண்ட்ஸ், கேர்ள் பிரண்ட்ஸ் இருந்து எங்களுக்கு மட்டும் இல்லன்னா நீ எல்லாம் வேஸ்ட்டுனு கிண்டல் பண்ணுவாங்க. இதுவே பெரிய மன அழுத்தமா இருக்கு சார்.

உண்மைதான் இந்த வயசுல உங்க நண்பர்கள் எப்படிப்பட்டவர்களாக இருக்கிறார்கள் என்பது ரொம்ப முக்கியம். அதைவிட ரொம்ப முக்கியம் எது தெரியுமா? மத்தவங்களோட பேச்சுக்கு நீ என்ன அர்த்தம் கொடுக்கிறாய் என்பதுதான் ரொம்ப ரொம்ப முக்கியம். நம் வாழ்க்கையில் எதிர்கொள்ளும் இன்பம் துன்பம் எல்லாத்துக்கும் நாம மட்டுமே பொறுப்பு. நம் மீது நமக்கு நம்பிக்கை இருந்தால் மற்றவங்களோட கிண்டல், கேலி பேச்சுக்கு அதிக முக்கியத்துவம் கொடுக்க மாட்டோம்.

பிள்ளைகளே! பள்ளிக்கூட பருவம்தான் வாழ்க்கையிலேயே ரொம்ப மகிழ்ச்சியான பருவம். அதை முழுசா ரசிச்சு அனுபவிங்க என்று ஆசிரியர் சொன்னதும், சார் நாங்களும் அப்படித்தான் நினைக்கிறோம். ஆனா நீங்கதான் யாரையும் பார்க்கவே கூடாதுன்னு சொல்றீங்களே என்று ரோஷன் சொன்னதும் சிரிப்பு சத்தத்தில் வகுப்பறையே அதிர்ந்தது.

பேசி புரிய வையுங்க:

ஆசிரியரும் சிரித்துக் கொண்டே நான் பார்க்கவே கூடாதுன்னு சொல்லல. ஆனா உங்க எல்லை எதுன்னு தெரிஞ்சு பழகுங்க. நட்பு என்ற எல்லைக்குள்ள இருந்து ஒருத்தருக்கு ஒருத்தர் உதவி செய்துகோங்க. 25 வயசு வரைக்கும் இந்த எல்லைக்குள்ளேயே இருந்தீங்கன்னா உங்களுக்கு ஏற்ற துணை யார் என்பதைக் கண்டுபிடிக்க உதவியா இருக்கும்.

ஆனால், இந்த டீனேஜ்ல எல்லையை மீறி பழகுனா, அந்த நபர் உங்களுக்கு ஏற்றவரா இல்லாது போனா, எதிர்மறை அனுபவங்களால் அதிக பாதிப்புக்கு ஆளாகிடுவீங்க. அதனால கவனம் சிதறும். படிப்பு பாதிக்கும் பெற்றோரோட இருக்க உறவு பாதிக்கும்.

சார் கேட்கவே பயமா இருக்கு சார் என்றாள் சரளா.

உங்கள பயமுறுத்துறதுக்காக சொல்லல. இதுதான் நிஜம். சினிமாவில் பார்ப்பது போல காதல் கல்யாணம் எல்லாம் வெறும் மகிழ்ச்சியான அனுபவத்தை மட்டும் தராது. கல்யாணம் என்பது ரொம்ப பெரிய பொறுப்பு. குடும்பத்தின் பொருளாதாரம் உள்ளிட்ட எல்லா தேவைகளையும் நாம பூர்த்தி பண்ணனும்.

குடும்ப உறவுகளின் எதிர்பார்ப்புகளை நிறைவேற்றனும். அதற்கு ஏற்ற வயசு வரும்பொழுது அந்த பொறுப்பை ஏற்க உடலளவிலும் மனதளவிலும் தயாராயிடுவீங்க. இப்பவே இதுக்குள்ள சிக்கிக்காம நல்ல எதிர்காலத்துக்காக உங்களைத் தயார்படுத்திக்கோங்க. நல்ல படிப்பு, வேலைன்னு செட்டில் ஆன பிறகு உங்களுக்கு ஏற்ற துணையைத் தேர்ந்தெடுக்கலாம்.

சார் அப்பவும் அம்மா அப்பா ஒத்துக்கலைன்னா என்ன சார் பண்ணனும் என்று கேட்டான் விஷால்.

உங்க வாழ்க்கை பற்றிய முடிவு எடுப்பதில் உறுதியா இருங்க. ஆனா அதை உங்க பெற்றோருக்கு வெளிப்படுத்தும் பொழுது அன்போடு சொல்லுங்க. உங்க பெற்றோர் உங்க வயச கடந்து வந்தவங்கதான். உங்களை வளர்த்து ஆளாக்க நிறைய தியாகங்கள் செய்து ஓடா தேஞ்சு போயிருப்பாங்க. அவங்களைக் காயப்படுத்தாம உங்க உணர்வுகளை பேசி புரிய வையுங்க. புரிஞ்சுக்குவாங்க. என் புள்ள எந்த முடிவெடுத்தாலும் அது சரியாதான் இருக்கும் என்ற நம்பிக்கையை ஏற்படுத்துவது உங்க கையிலதான் இருக்கு என்று முடித்தார் ஆசிரியர்.

வளரிளம் பிள்ளைகளைப் புரிந்து கொள்வோம்!

30

பெற்றோருக்கும் பதின்ம வயது குழந்தைகளுக்கும் நடுவில் இடைவெளி உள்ளதுபோல் தோன்றினாலும் அவர்கள் பெற்றோருடன் நெருக்கமாக இருக்கவே விரும்புகின்றனர். அவர்களின் நம்பிக்கைக்குரிய நபராக இருப்பதே பெற்றோருக்கு முன் உள்ள பெரிய சவால்.

பள்ளியின் ஆண்டு விழாவோ என்று எண்ணும் அளவுக்கு அந்த அரங்கம் நிரம்பி வழிந்தது. பெற்றோர் ஆசிரியர் சங்க கூட்டத்திற்கு 9, 10, 11, 12 வகுப்பு பெற்றோர்கள் அழைக்கப்பட்டிருந்தனர். "வளரிளம் பிள்ளைகளைக் கையாள்வது எப்படி?" என்ற தலைப்பில் பேச மனநல ஆலோசகர் டாக்டர் கோமளா சிறப்பு விருந்தினராக வந்திருந்தார்.

அவரை அறிமுகப்படுத்திய தலைமை ஆசிரியர் அன்பார்ந்த பெற்றோர்களே! வழக்கத்திற்கு மாறாக இன்று இவ்வளவு பெற்றோர்கள் வந்திருப்பது மகிழ்ச்சி. இன்றைய கூட்டத்தின் தலைப்பும், வந்திருக்கும் சிறப்பு விருந்தினரும் தான் அதற்கு காரணம் என்பதும் உங்கள் பிள்ளைகளைக் கையாள நீங்கள் எவ்வளவு சிரமப்படுகிறீர்கள் என்பதும் இதிலிருந்து புரிகிறது.

உங்களுக்கு உதவி செய்வதற்காகத்தான் இந்த கூட்டம். நம்ம சிறப்பு விருந்தினர் பேசுவதற்கு முன்னால்

உங்களுக்கும் உங்க பிள்ளைகளுக்கும் உள்ள பிரச்சினைகள் பற்றியும் உங்கள் பிள்ளைகளிடம் உள்ள எந்த விஷயத்தை பற்றி நீங்கள் கவலைப்படுகிறீர்கள் என்பது பற்றியும் நீங்கள் சொன்னால், அதற்கானத் தீர்வுகள் குறித்து டாக்டர் பேச வசதியா இருக்கும் என்று சொல்லிவிட்டு அமர்ந்தார்.

சமாளிக்க முடியவில்லை!

உடனே ஒருவர் எழுந்து சார் எம் புள்ளகிட்ட ஒரு பிரச்சினை இருந்தால் சொல்லலாம், மொத்த பிரச்சினையுமே புள்ளையா வந்து பொறந்து இருக்கு, என்னத்த சொல்ல என்றதும் அரங்கம் முழுவதும் சிரிப்பலை.

மற்றொருவர் எழுந்து, 8-வது வரைக்கும் நல்லாதான் சார் இருந்தான். இப்ப நான் சொல்றது எதையும் அவன் கேட்கிறதில்லை. ஸ்கூல்ல இருந்து வந்து, பைய தூக்கி மூலையில் போட்டுட்டு வெளியே போனா 8, 9 மணிக்கு மேலதான் வீட்டுக்கு வருவான். எங்கடா போனேன்னு கேள்வி கேட்டா பதில் சொல்றது கிடையாது. சாப்பிட்டுத் தூங்கிடுவான், படிக்கிறதே கிடையாது என்றார்.

என் புள்ளையும் எந்நேரமும் பிரண்ட்ஸ்களோடுதான் ஊர சுத்திகிட்டு இருக்கான் சார். நல்ல பிரண்ட்ஸ்ங்களா இருந்தாலாவது பரவால்ல ஒவ்வொருத்தனும் தலை முடிய கலர் அடிச்சுக்கிட்டுக் காதுல கம்மல் போட்டுக்கிட்டு சுத்துறானுங்க. அதுல ரெண்டு பேரு டாஸ்மாக் கடை வாசலில் நிற்கிறதையும், தம் அடிக்கிறதையும் நானே பார்த்து இருக்கேன்.

எங்க இவனும் கெட்டுப் போயிடுவானோன்னு பயமா இருக்கு. அவங்களோட சுத்தாதன்னு சொன்னா என் ஃப்ரெண்ட்ஸ்ங்கள பத்தி எனக்கு தெரியும் நீங்க ஒன்னும் சொல்லத் தேவையில்லைன்னு கத்துறான் என்றார்.

இப்பல்லாம் பேசுறதே இல்லை!

அடுத்து ஒரு அம்மா எழுந்து சார் பையனுங்களே தேவலாம். இந்த காலத்துல பொண்ணுங்கள வளர்க்கறது ரொம்ப கஷ்டம்.வீட்ல எந்நேரமும் போனோடவே சுத்துறா. என்னதான் பண்றான்னு பாக்கலாம்ன்னு பக்கத்துல போனதும் ஆஃப் பண்ணிடுறா.

இவ இல்லாத நேரத்துல எடுத்து பார்க்கலாம்னா பாஸ்வேர்ட் போட்டு வச்சிருக்கா. வர வர மார்க் எல்லாம் ரொம்ப குறையுது ஒரு மணி நேரத்துக்கு மேல போன் எடுக்க கூடாதுன்னு சொன்னா ரூமுக்குள்ள போய் பூட்டிக்கிட்டு அழுகுறா. சாப்பிட மாட்டேங்குறா. என்ன பண்றதுனே தெரியல.

முன்னாடி ஸ்கூல்ல என்ன நடந்தாலும் என்கிட்ட வந்து சொல்லுவா. இப்பல்லாம் எதுவுமே பேசறது இல்ல. ஏதாவது நல்லது சொன்னா கூட சும்மா என்னைத் திட்டிக்கிட்டே இருப்பீங்களான்னு கேட்குறா. நேத்து

அவளோட ஃபிரண்டுக்கு யாரோ ஒரு பையன் லவ் லெட்டர் குடுத்து பெரிய பிரச்சினை ஆயிடுச்சுன்னு கேள்விப்பட்டேன். என்ன ஏதுன்னு விசாரிச்சுட்டு ஆம்பள பசங்களோட பார்த்துப் பழகு, படிக்கிற வயசுல இந்த மாதிரி எல்லாம் பிரச்சினைல நீயும் மாட்டிக்காதன்னு சொன்னேன்.

அட்வைஸ் பண்ண ஆரம்பிச்சிட்டீங்களா இதனாலதான் நான் எதுவுமே உங்ககிட்ட சொல்றதில்லைங்கிறா. பெத்தவங்க எதுவுமே சொல்ல கூடாதா? அவங்க நல்லதுக்குதான் சொல்றோம்னு ஏன் இந்த பசங்க புரிஞ்சிக்கவே மாட்டேங்கிறாங்க என்ற குரல் தழுதழுக்கக் கூறி அமர்ந்தார்.

சில நிமிடம் அமைதி நிலவியது. டாக்டர் கோமளா எழுந்து ஒலிபெருக்கி முன் நின்று உணர்ச்சிவசப்பட்ட நிலையில் இருந்த பெற்றோர்களைக் கூர்ந்து பார்த்தபடி பேசலானார்.

சொல்லும் விதம் தவறு:

அன்பு பெற்றோர்களே உங்களோட எல்லா கேள்விகளுக்கும் நான் பதில் சொல்றேன். முதல்ல நாம ஒரு விஷயத்த புரிஞ்சுக்கணும். இந்த காலகட்டம் உங்க பிள்ளைகளுக்கு ரொம்ப மன அழுத்தங்களையும், போராட்டங்களையும் தரக்கூடிய பருவம். ஹார்மோன் மாற்றங்களாலும் அதனால் உடலில் ஏற்படும்

மாற்றங்களாலும் தான் யார் என்ற அடையாளத்தைத் தேடும் வயது இது.

முன் மூளை இன்னும் முழுமையாக வளர்ச்சி அடையாததால், தான் செய்வது சரியா, தவறா என்று தீர்மானிக்கவோ, சரியான முடிவு எடுக்கவோ முடியாமல் தடுமாறும் வயது. வெற்றி தோல்வியைச் சரியாக எதிர்கொள்ள முடியாமலும் கோபம், ஏமாற்றம், வருத்தம், பொறாமை போன்ற உணர்வுகளைக் கையாளத் தெரியாமலும் தவிக்கும் வயசு இது என்று சொல்லிக் கொண்டிருக்கும்போதே ஒருவர் எழுந்து அவங்களுக்கு இது எதுவும் தெரியாதுன்னு தானே மேடம் நாங்க சொல்றத கேளுங்கன்னு சொல்றோம் அதையும் கேட்க மாட்டேங்கிறாங்களே என்ன பண்றது என்றார்.

சார் நீங்க சொல்ற விஷயம் சரியா இருந்தாலும் சொல்ற விதம் தவறாக இருந்தால் பசங்க அதைக் கேட்க மாட்டாங்க. அவங்க தன்னை ஒரு வளர்ந்த ஆணாகவோ, பெண்ணாகவோ கருதுவதால் உனக்கு எதுவும் தெரியாது நான் சொல்றத மட்டும் செய்யுன்னு சொன்னா அவங்க ஈகோ பாதிக்கப்படும். அதனால நீங்க சொல்ற எதையும் கேட்க மாட்டாங்க. மேலும் எதை நீங்க செய்யக் கூடாதுன்னு சொல்றீங்களோ அதை வேணும்னே செய்வாங்க. ஏன் தெரியுமா? என்று கேட்டு நிறுத்தினார்.

ஏன் மேடம் என்று ஒருவர் கேட்கவே

தொடர்ந்து பேசலானார் டாக்டர் கோமளா.

பெற்றோர் முன்மாதிரியாக இருங்கள்! 31

குழந்தைகள் வளர வளர அவர்கள் எல்லா விஷயங்களையும் தம்மிடம் பகிரவேண்டும் என பெற்றோர் எதிர்பார்க்கக் கூடாது. ஆனால் எந்த விஷயத்தையும் தம் பெற்றோரிடம் பகிர்ந்து கொள்ளமுடியும் என்ற நம்பிக்கையைப் பிள்ளைகள் மனதில் ஏற்படுத்துவது பெற்றோரின் கடமை.

மனநல ஆலோசகர் டாக்டர் கோமளா வளரிளம் பிள்ளைகளைக் கையாள்வது பற்றி பெற்றோர்களிடம் கலந்துரையாடிக் கொண்டிருந்தார்.

அன்பான பெற்றோர்களே! எல்லோரும் உங்கள் கண்களை மூடிக் கொள்ளுங்கள். நான் சொல்லும்வரை கண்களைத் திறக்காதீர்கள்.

இப்போது நீங்கள் குரங்கைப் பற்றி மட்டும் நினைக்காதீர்கள் என்று சொல்லிவிட்டு அமைதியாக இருந்தார். ஒரு நிமிடத்திற்கு பிறகு இப்போது கண்களைத் திறங்கள், எத்தனை பேர் குரங்கைப் பற்றி நினைக்கவே இல்லை என்று கேட்டபோது ஒருவர் கூட கை உயர்த்தவில்லை.

ஒரு அம்மா எழுந்து கண்ணை மூடியதில் இருந்து குரங்கைப் பத்தி மட்டும்தான் நினைச்சுக்கிட்டு இருந்தேன்

மேடம் என்றார். இன்னொருவர் எழுந்து அவங்களாவது ஒரு குரங்கு பத்திதான் நினைச்சாங்க எனக்கு மனசு ஃபுல்லா குரங்கு கூட்டமே இருந்துச்சு மேடம் என்றதும் அரங்கத்தில் சிரிப்பலை.

செய்யக் கூடாததைச் சொல்லாதீர்!

டாக்டர் கோமளாவும் சிரித்தபடி உங்களுக்கு மட்டுமில்ல மனித மனதின் இயல்பே அப்படித்தான். எதை நினைக்கக் கூடாதுன்னு சொல்றோமோ அதைத்தான் மனசு நினைக்கும். பெரியவங்களான நமக்கே இப்படி இருந்தால் டீன் ஏஜ் பிள்ளைகளைப் பற்றி யோசிச்சுபாருங்க.

இந்த வயதில் பிள்ளைகளுக்கு நல்லது எது, கெட்டது எது என தீர்மானிக்கும் திறன் இருக்காது. எதையும் தெரிந்துகொள்ளும் ஆர்வமும், ரிஸ்க் எடுக்கும் குணமும் அதிகமாக இருக்கும். அதனால் எதைப் பார்க்க கூடாது என தடை செய்கிறீர்களோ அதில் என்னதான் இருக்குன்னு பார்த்துடலாமேனு நினைப்பாங்க.

அதனால தான் பிள்ளைகளிடம் என்ன செய்யணும்னு சொல்லணுமே தவிர எதை செய்யக்கூடாதுன்னு சொல்லக்கூடாது. இந்த வயதில் நண்பர்கள்தான் முக்கியம்னு நினைப்பாங்க. அதனால் நல்ல நண்பர்களின் சேர்க்கை ரொம்ப அவசியம்.

தவறான பழக்கம் உள்ள நண்பர்கள் அழுத்தம் கொடுத்தாலும் எனக்கு இந்த பழக்கம் வேண்டாம் என்று “நோ” சொல்லும் மன தைரியம் பிள்ளைகளுக்கு வேண்டும். அதுக்கு சின்ன வயசுல இருந்தே அவர்களோட உணர்வுகள் சரியோ தவறோ, அதை வெளிப்படுத்தும் சுதந்திரம் கொடுத்து வளர்க்கணும்.

நண்பர்கள் முன்னே திட்டாதீர்:

உனக்கு எதுவும் தெரியாது நான் சொல்றதை மட்டும் கேளு என்று அதிகாரம் செய்து வளர்த்தால், உங்களுக்குச் “சரி “என்று சொல்லி பழகியவர்கள் இப்போது நண்பர்கள் சொல்வதைக் கேட்க ஆரம்பித்து விடுவார்கள் அதனால் எப்போதுமே அவர்கள் பேசுவதைக் காது கொடுத்து கேளுங்க. அவங்க உணர்வுக்கு முக்கியத்துவம் கொடுங்க.

அவங்க சொல்வது உங்களுக்குச் சின்ன விஷயமா தோன்றினாலும், இதெல்லாம் ஒரு பெரிய பிரச்சினையா என்று சொல்லாமல் அவர்கள் நிலையில் இருந்து புரிந்து கொள்ள முயற்சி செய்யுங்கள். இல்லைன்னா உங்களால அவங்களைப் புரிஞ்சிக்கவே முடியாதுன்னு நினைத்து உங்களிடம் எதையுமே சொல்ல மாட்டாங்க. அவங்க சொல்றத வச்சு ஜட்ஜ் பண்ணி, அட்வைஸ் பண்ணாதீங்க.

நண்பர்கள்தான் முக்கியம் என்று நினைப்பவர்களிடம் உன் ஃப்ரெண்ட்ஸ்

சரியில்ல அவங்களோட பழகாதேன்னு சொன்னா கேக்க மாட்டாங்க. மாறாக உங்களோட பேசுவதை நிறுத்திடுவாங்க. முக்கியமா ஃப்ரெண்ட்ஸ் முன்னாடி அவங்கள திட்டாதீங்க. அதை மிகப்பெரிய அவமானமா நினைப்பாங்க. அதனால உங்களுக்கும் அவங்களுக்கும் மிகப்பெரிய இடைவெளி உருவாகிவிடும்.

மேடம் எந்நேரமும் கண்ணாடி முன்னாடி நின்னு மேக்கப் பண்றதும், போன்ல பேசறது மெசேஜ் அனுப்புறதுமாவே இருக்காங்க. யாரோட பேசுறாங்க என்ன பண்றாங்கன்னு ஒன்னும் புரிய மாட்டேங்குது. பத்திரிகைல டிவில வர்ற செய்தி எல்லாம் பார்த்தா பயமா இருக்கு. ஏதாவது சொன்னா என்ன நம்ப மாட்டீங்களான்னு அழுகுறாங்க, கத்துறாங்க. எப்படி சமாளிக்கிறதுன்னே தெரியவில்லை மேடம் என்றார் ஒருவர்.

இந்த வயசுல தன்னை அழகுபடுத்திக்க நினைக்கிறதும் எதிர் பாலினத்தவர் தன்னைப் பார்க்கணும் அவங்களோட பேசணும்னு நினைக்கிறதும் ரொம்ப இயல்பான விஷயம் தான். ஏன் இந்த வயசுல நாமும் அப்படி தானே இருந்திருப்போம். நம்ம காலத்துல போன் இல்ல. அது இப்ப

இருப்பதால நம்ம பிள்ளைகளுக்கு முகநூல், இன்ஸ்டாகிராமில் முன் பின் தெரியாதவங்களோடவும் பழக வாய்ப்பு இருக்கு. ஆனா அதோட சாதக பாதக அம்சங்கள் என்னன்னு நாமதான் அவங்களுக்குப் புரிய வைக்கணும்.

கலந்துரையாடுங்கள்:

டிவில வர்ற செய்திகளைப் பார்த்துட்டு பயப்படுறத விட்டுட்டு, அந்த சம்பவங்களைப் பத்தி பிள்ளைகளோட பேசுங்க. முன்பின் தெரியாதவங்கள முழுசா நம்பி நம்மைப் பற்றிய தகவல்களைக் கொடுக்கிறதால என்னென்ன நடக்கும்னு கலந்துரையாடுங்க.

உங்க ஃப்ரெண்ட்ஸ் யாராவது இந்த வயசுல இருந்த போது படிக்காம காதலிச்சு கல்யாணம் பண்ணிக்கிட்டு, அதனால வாழ்க்கையில பாதிக்கப்பட்டு இருந்தா அதைப்பத்தி பேசலாம். ஆனா நீங்க பேசுற விதம் கலந்துரையாடலா இருக்கணுமே தவிர இளைஞர்களைக் குறை சொல்வதாகவோ அட்வைஸ் பண்ணுவதாகவோ இருக்கக் கூடாது.

பள்ளிக்கூடம் படிக்கிற வயசுல பிள்ளைகளுக்குன்னு தனியா போன் அவசியமில்லை. கரோனா காலத்துல ஆன்லைன் வகுப்புக்காக வாங்கிக் கொடுத்ததா இருந்தாலும் பாஸ்வேர்ட் போடக் கூடாது என கண்டிப்பா சொல்லிடுங்க. அதுக்கு நீங்க ஒரு முன்மாதிரியா இருக்கணும்.

உங்க போன்லயும் பாஸ்வேர்ட் எதுவும் போடக் கூடாது. போட்டாலும் அது வீட்ல இருக்கும் மத்தவங்களுக்குத் தெரியணும். அப்பதான், பிள்ளைகள் நீங்க சொல்வதைக் கேட்பாங்க. தனக்குப் பிடிக்காத ஒன்றை மற்றவர்கள் சொல்லும்பொழுது பெண் பிள்ளைகள் அழுவதும், ஆண் பிள்ளைகள் கோபமாக கத்துவதும் இயல்பான ஒன்றுதான். அவங்க உணர்ச்சி வசப்பட்டு கத்தும்போது நீங்களும் கோபப்பட்டு கத்தாமல் அமைதியாக கையாளுங்கள்.

கேக்குறதுக்கு நல்லாத்தான் இருக்கு மேடம். ஆனா பசங்க நாங்க சொல்ற பேச்சை கேக்காம, அதை வாங்கிக் குடுங்க இதை வாங்கிக் குடுங்கன்னு எதையாவது கேட்டு அடம் பிடிச்சு கத்தும்போது டென்ஷன் தானா ஏறுது. எப்படி மேடம் அமைதியா இருக்க முடியும்? என்று கேட்டார் ஒருவர்.

சொல்றேன் என்று தொடர்ந்து பேசலானார் டாக்டர் கோமளா.

நிபந்தனை அற்ற அன்பு நிச்சயம் சாதிக்கும்

32

பெற்றோர் பிள்ளைகளுக்குத் தரக்கூடிய மிகப்பெரிய பரிசு நிபந்தனையற்ற அன்பு, நேரம், முன்மாதிரியான நடத்தை.

வளரிளம் பிள்ளைகளின் பெற்றோர் தம் சந்தேகங்களை மனநல ஆலோசகர் டாக்டர் கோமளாவிடம் கேட்டு விளக்கம் பெற்றுக் கொண்டிருந்தனர். அப்போது ஒருவர் எழுந்து, பிள்ளைகள் நாங்கள் சொல்வதைக் கேட்காமல் எதையாவது கேட்டு அடம் பிடித்து அழும்போதோ, கோபமாக கத்தும்போதோ எங்களுக்கு டென்ஷன் தானா ஏறுது மேடம்.

அந்த நேரத்துல அவங்களை எப்படி கையாளனும்னு தெரியல. பசங்களால எனக்கும் என் மனைவிக்கும் இடையில் சண்டை வருதே தவிர பிரச்சினை தீர மாட்டேங்குது என்றார்.

டீன் ஏஜ் பிள்ளைகளின் உடலில் ஏற்படும் ஹார்மோன் மாற்றங்களால் எதற்கெடுத்தாலும் அழுவதும், கோபப்படுவதும் இயல்பான ஒன்றுதான். இது புரியாமல், நீங்களும் உணர்ச்சி வசப்பட்டு கத்தினாலோ, அடித்தாலோ உங்களுக்கும் உங்கள் பிள்ளைக்கும் உள்ள உறவு பாதிக்கும்.

கண்டு கொள்ளாதீர்...

அடம் பிடிக்கிறார்கள் என்பதால் அவர்கள்கேட்பதற்கு ஒருமுறை சரி என்று சொல்லிவிட்டால் ஒவ்வொரு முறையும் இன்னும் அதிகமாக அடம்பிடித்து தன் காரியத்தை சாதித்துக் கொள்வார்கள். அந்த நேரத்தில் நீங்கள் அமைதியாக இருங்கள். அவர்களைக் கண்டு கொள்ளாமல் விட்டுவிடுங்க. சாப்பிடாமல் இருந்தாலும் பரவாயில்லை.

ஒரு வேளை சாப்பிடாமல் இருந்தா எதுவும் ஆகிடாது. என்னதான் அடம் பிடித்தாலும் காரியம் நடக்காதுன்னு தெரிஞ்சா அவங்களும் அமைதியாகிடுவாங்க. அப்ப கூப்பிட்டு உட்கார வச்சு ஏன் அவங்க கேட்ட விஷயத்துக்கு அனுமதி கொடுக்கலை என்பதை எடுத்து சொல்லி புரிய வைங்க. சொல்வதைப் புரிந்து கொண்டு சரியாக நடக்கும் பொழுது பாராட்டி ஊக்கப்படுத்துங்கள்.

பெற்றோரிடையே புரிதல் அவசியம்:

பெற்றோரில் ஒருவர் பிள்ளையைத் திட்டும்போது மற்றவர் குழந்தைக்கு ஆதரவாக பேசினால் அல்லது நீ பிள்ளையை வளர்க்குறதே சரியில்ல, நீ தான் செல்லம் கொடுத்து கெடுக்குறேன்னு உங்களுக்குள்ள சண்டை போட ஆரம்பிச்சா, உங்க ரெண்டு பேருக்கும் சண்டை மூட்டி விட்டுட்டு அவங்க தன் காரியத்தைச் சாதிச்சுக்குவாங்க.

கணவன் மனைவிக்கு இடையே புரிதல் இருந்தால் மட்டும்தான் பிள்ளைகளைச் சரியா வளர்க்க முடியும். உங்களுக்குள்ள இருக்கும் தனிப்பட்ட காரணங்களுக்காகப் பிள்ளைகளுக்கு எதிரே சண்டை போடாதீங்க. கணவன் மீது அல்லது மனைவி மீது இருக்கும் கோபத்தைப் பிள்ளைகள் மீது வார்த்தைகளிலோ செயல்களிலோ காட்டாதீங்க.

வெளியில் தேடுவார்கள்:

அம்மா, அப்பாவுக்கு அவங்க பிரச்சினைதான் பெருசா இருக்கு, என் மேல அக்கறை இல்லை என்று நினைச்சா, வீட்டில் கிடைக்காத அன்பை வெளியில் தேடுவாங்க. அந்த நேரத்தில் தன் மீது எதிர்பாலினத்தவர் யாராவது கொஞ்சம் அன்போடு பேசினால் அது காதல்னு நினைச்சுக்குவாங்க.

புகை, மது போல காதலும் ஒரு போதைதான். காதலிப்பவரை அடிக்கடி பார்க்கணும், பேசணும்னு தோணும் அதுக்காக உங்ககிட்ட பொய் சொல்லவோ, ஏமாற்றவோ தயங்க மாட்டாங்க. காதலிப்பவன் நல்லவன் இல்லை என்று தெரிஞ்சா கூட தன் காதலால் அவனை மாற்றி விட முடியும் என்று நம்புவாங்க.

குழந்தைகளோடு உரையாடுங்கள்:

வளரிளம் பருவத்தில் இத்தகைய விஷயங்கள் அவர்களுடைய வாழ்க்கையை எப்படி எல்லாம் பாதிக்கும் என்பதை உரையாடல் வழி பிள்ளைகளுக்குப் புரிய வைக்க வேண்டியது பெற்றோரின் கடமை. இந்த வயதில் வருவது உடல் சார்ந்த கவர்ச்சி மட்டுமே, காதல் அல்ல, 25 வயதில் நீ உனக்கானத் துணையைத் தேர்ந்தெடுக்கலாம் அதற்கான உரிமை உனக்கு உண்டு.

இப்போது நல்லா படி, உனக்கான சுய அடையாளத்தை உருவாக்கு என்று சொல்லுங்கள். இதற்கு பிள்ளைகளோடு நிறைய நேரம் செலவழிப்பது

மிகவும் அவசியம். பிள்ளைகளின் நண்பர்களோடும் தொடர்பில் இருப்பது மிகவும் அவசியம். பணம் சம்பாதிக்க எந்நேரமும் வேலை, வேலை என இருந்து விட்டு பிள்ளைகள் வழிதவறி போன பிறகு வருத்தப்படுவதாலோ, உன்னால் தான் இப்படியானது என கணவனும் மனைவியும் ஒருவரை ஒருவர் குறை சொல்லிக் கொள்வதாலோ ஒரு பயனும் இல்லை.

அடையாளத்தை விட்டுச் செல்லுதல்:

சில நேரம் தவறுகள் நடந்தாலும் நிபந்தனைகள் அற்ற அன்புடன் குழந்தையை அதிலிருந்து மீட்டெடுக்க வேண்டும். நீ என் மானத்தை வாங்கிட்ட, இதுக்கு நீ பிறக்காமலேயே இருந்திருக்கலாம் என்பது போன்ற எதிர்மறை வார்த்தைகளால் குற்ற உணர்வைப் பிள்ளைகளின் மனதில் ஏற்படுத்தி விடாதீர்கள்.

எதிர்மறை வார்த்தைகள் மரத்தில் அடிக்கப்பட்ட ஆணி போன்றது. ஆணி பிடுங்கப்பட்டாலும் அதன் அடையாளம் மிச்சம் இருப்பதுபோல உங்கள் வார்த்தைகள் அவர்கள் மனதில் ஆறாத காயத்தை ஏற்படுத்திவிடும். இந்த வயதில் அவர்களுக்கு இருக்கும் அளவற்ற ஆற்றலைச் சரியான திசையில் திருப்பி விடுங்கள்.

அவர்களுக்குப் பிடித்த ஏதேனும் ஒரு விளையாட்டு அல்லது கலையை கற்றுக் கொள்ள ஏற்பாடு செய்யுங்கள். வீட்டில் அவர்களுக்கு ஏதேனும் பொறுப்பு கொடுங்கள். இந்த வயதில் தனக்குப் பிடித்தவர்களின் பாராட்டைப் பெற உழைக்கத் தயாராக இருப்பார்கள். உங்கள் நிபந்தனை அற்ற அன்பு அவர்களைத் தடைகளைத் தாண்டி சிகரம் தொட வைக்கும் என்று பேசி அமர்ந்தார் டாக்டர் கோமளா.